प्रसादाची वाणी

...अर्थात तुका म्हणे

डॉ. सदानंद मोरे

प्रसादाची वाणी ...अर्थात तुका म्हणे

© डॉ. सदानंद मोरे, २०१६

प्रथमावृत्ती : १९ जून २०१४
तिसरी आवृत्ती : नोव्हेंबर २०१६

प्रकाशक
सकाळ पेपर्स प्रा. लि.
५९५, बुधवार पेठ, पुणे ४११ ००२

मुखपृष्ठ
सुषमा दुर्वे

अक्षरजुळणी
अश्विनी महाजन

मुद्रणस्थळ

ISBN : 978-93-84316-00-6

अधिक माहितीकरिता :
०२०-२४४० ५६७८/८८८८८ ४९०५०
sakalprakashan@esakal.com

पुणे प्रार्थना समाजांतर्गत
'तुकाराम सोसायटी'च्या सर्व सदस्यांना
कृतज्ञतापूर्वक

मनोगत

कविता या वाङ्मयप्रकाराविषयी अनेक मतमतांतरे आढळत असली व त्यांच्यात एकवाक्यता करणे अवघड असले तरी किमान एका मुद्द्याबद्दल दुमत होण्याचे काहीच कारण नाही तो म्हणजे कविता ही एक भाषिक कृती असते. कविता ही भाषेत रचली जाते. भाषा हेच तिचे मूलद्रव्य आहे. ही भाषा कवी ज्या समाजात लहानाचा मोठा होतो त्या समाजाकडून त्यास प्राप्त होत असते. त्याच्याचसारखी अन्य कितीतरी माणसे या भाषेचा उपयोग करत असतात. म्हणजे या भाषेतून आपापले विचार आणि भावना व्यक्त करत असतात.

पण ही सर्वच माणसे कवी नसतात. कवी होण्यासाठी व्यक्तीच्या अंगी विशिष्ट प्रकारची संवेदनशीलता असावी लागते आणि त्याचबरोबर या संवेदनशीलतेपोटी त्याने केलेली भाषिक रचना ही नेहमीच्या व्यवहारातील भाषाप्रयोगांपेक्षा वेगळी असावी लागते. अनेक वेळा ती नेहमीच्या भाषेच्या नियमांची मोडतोडही करते. असे म्हणता येईल की कविता हा भाषा नावाच्या नदीच्या पात्राच्या मर्यादा ओलांडून आलेला पूर असतो. हा पूर थोपवणे स्वत: कवीलाही शक्य नसते. 'धरिता हे परि नावरेना' अशी त्याची स्थिती असते. ही प्रक्रिया तुकोबांच्या भाषेत सांगायची झाल्यास *'तुका म्हणे माप भरो आहे शिगे। धारबोळ गंगे पूर वाहे।।'*.

ही कविता कशी निर्माण होते, तिची कारणे कोणती याविषयी पारंपरिक भारतीय काव्यशास्त्रात पुरेशी चर्चा आढळते. कवितेची तीन कारणे परंपरेने सांगितली आहेत : प्रसन्न, प्रतिभा आणि प्रसाद.

कविता करणे ही काहींची महत्त्वाकांक्षाच असते. कवी म्हणून मिळणारे लाभ या मंडळींना प्राप्त करून घ्यायचे असतात. चांगल्या कवितेची 'मॉडेल्स' किंवा नमुने त्यांना उपलब्ध असतात. अशा नमुन्यांचे प्रयत्नपूर्वक अनुकरण केले की कवितेची निर्मिती करता येते असा या मंडळींचा समज असतो. त्यासाठी पूर्वीच्या कवींच्या कविता पाठ करणे, शब्दकोशादी साधनांचा उपयोग करणे, शब्दांना ठोकूनठाकून विशिष्ट साच्यात बसवणे अशा गोष्टी हे लोक करत असतात. कवित्वासाठी आवश्यक असलेल्या अंगभूत संवेदनशीलतेचा तसेच भाषिक कौशल्यांचा अशा कवींच्या अंगी अभावच असतो.

प्रतिभा हे कवितेचे दुसरे कारण होय. प्रतिभा ही एक नैसर्गिक देणगी असून ही शक्ती प्राप्त झालेले महाभाग फारच थोडे. प्रतिभाशक्तीची देणगी असेल तर ना आदर्श काव्याचे नमुने पाठ करून त्यांचे अनुकरण करावे लागत, ना शब्दकोश धुंडाळून यमके, प्रास जुळवावी लागत. आपण विनासायास जितके सहज बोलतो तितक्या सहजपणे प्रतिभासंपन्न कवी कवितेची निर्मिती करतात. त्यांनी शब्द

उच्चारावेत आणि त्यांची कविता व्हावी असा हा स्वाभाविक प्रकार असतो.

प्रतिभासंपन्न कवी कितीही थोर असला तरी प्रतिभेचा एकूणच व्यापार नैसर्गिक आणि मानवी शक्यतांच्या मर्यादांमधील असतो. प्रतिभावान कवी ही निसर्गाची निवड असते असे म्हटले तरी चालेल. प्रतिभावान कवी त्याच्या रोजच्या जगण्यात सर्वसाधारण माणसांसारखाच असतो. तो अलौकिक वाटतो खरा, पण त्याचे अलौकिकत्व काव्यनिर्मितीपुरते मर्यादित असते, एरवी त्याचे सर्व व्यवहार स्वार्थानेच प्रेरित झालेले असतात. त्याच्या संवेदनशीलतेचा अवकाश कवितेच्या अंतर्गतच राहतो. किंबहुना इतका थोर कवी व्यवहारात इतक्या क्षुल्लक पातळीवर कसा उतरतो याचे इतरांना आश्चर्य वाटते.

कवितेचे तिसरे कारण प्रसाद. प्रसादामुळे स्फुरलेले काव्य मानवी प्रयत्नांच्या आणि नैसर्गिक देणगीच्या पलीकडचे असते. प्रासादिक कवी ही निवड असते परंतु ती निवड निसर्गाची नसून साक्षात ईश्वराची किंवा ईश्वरी पुरुषाची – साधुसंतांची असते. प्रासादिक कवीचे अलौकिकत्व कवितेच्या निर्मितीपुरते मर्यादित नसते, आपल्या दैनंदिन जीवनातही प्रासादिक कवी, निर्मितीच्या क्षणी गाठलेल्या पातळीवरून खाली येत नाही. ज्यांना आपण संतकवी म्हणून ओळखले ते अशा प्रकारचे प्रासादिक कवी होत.

तुकाराम महाराज या प्रकारच्या कवींचे मुगुटमणीच होत. स्वतःच्या कवितेचे स्पष्टीकरण करताना ते म्हणतात – *'प्रसादाची वाणी वदतो उत्तरे। नाही मतांतरे जोडियेली।।'.*

हा प्रसाद नेमका कोणाचा याचाही खुलासा तुकोबा करतात.

'नामदेवे केले स्वप्नामाजी जागे। सवे पांडुरंगे येवोनिया।।

सांगितले काम करावे कवित्व। वाऊगे निमित्त बोलो नये।।'

'नामदेवापायी तुक्या स्वप्नी भेटी। प्रसाद हा पोटी राहिलासे।।'

'तुका होऊनि निराळा। क्षरअक्षरावेगळा। पाहे निगमकळा। बोले विठ्ठलप्रसादे।।'

तुकोबांची काव्यरचना ही विठ्ठलाच्या आणि नामदेवरायांच्या प्रसादातून निष्पन्न झालेली आहे. नामदेवराय हे त्यांचे काव्यगुरुच म्हणावेत.

कविता ही एक प्रतिसृष्टीच असते आणि म्हणून तिचा निर्माता कवी हा एका परीने ईश्वरच म्हणावा. समर्थ रामदासांनी कवींना 'शब्दसृष्टीचे ईश्वर' असे म्हटले आहे ते याच अर्थाने. तुकोबा आपण क्षर आणि अक्षर यांच्यापेक्षा वेगळे असल्याचे घोषित करतात. क्षर, अक्षर आणि पुरुषोत्तम ही पुरुषांची वर्गवारी भगवद्गीतेमधील आहे. पण त्याचा अर्थ तुकोबा आपणच पुरुषोत्तमपदाला पोहोचल्याचेही सूचित करतात. संदर्भ अर्थातच काव्यनिर्मितीचा आहे. तुकोबा सांगतात, की आपण साक्षात वेदांचा अर्थ पाहत आहोत आणि तो अर्थ कवितेतून प्रकटही करत आहोत. हे कसे शक्य झाले तर विठ्ठलाच्या प्रसादामुळे!

तुकोबांचा हा दावा अत्यंत महत्त्वाचा आहे. निगम म्हणजे वेद ईश्वराने ऋषींच्या मार्फत अतिप्राचीन काळी प्रकट केले. ऋषींनी वेदांतील मंत्र पाहिले. त्यांना या मंत्रांचे द्रष्टे म्हणतात, कर्ते नाही. खरे तर 'ऋषी' या शब्दाचा अर्थच मुळी पाहणारा, द्रष्टा हा होय. हे वैदिक ऋषीच आद्य कवी असल्याने 'कवी' शब्दाचा अर्थवाचक पर्यायी शब्द 'क्रांतदर्शी' हा आहे. तुकोबांच्या शिष्या संत बहिणाबाई तुकोबांचे वर्णन करताना *'महाराष्ट्र भाषेत वेदांताचा अर्थ। बोलिला लोकांत सर्वद्रष्टा।।'* असे म्हणतात. त्यातील द्रष्टा शब्द तुकोबा हे ऋषीच असल्याने व त्यांची कविता ईश्वराचा प्रसाद असल्याचे सूचित करतो.

स्वत: तुकोबासुद्धा 'वेदांचा तो अर्थ आम्हासीच ठावा' असे म्हणतात.

वेद नित्य असल्याची समजूत परंपरेने प्रचलित आहे. पण येथे वेद म्हणजे नेमके काय हा प्रश्न उपस्थित होतो. वेद संस्कृत भाषेत आहेत, यावर भर दिला असता वेदांचे संस्कृत भाषेतील शब्दच अधिक महत्त्वाचे ठरतात. त्यांचा अर्थ समजला नाही तरी चालेल अशी समजूत रूढ होते. अशा अर्थहीन पाठांतर करणाऱ्यांवरच तुकोबांनी 'येरांनी वहावा भार माथा' अशी टीका केली.

दुसरा पक्ष म्हणजे वेदांमधील ज्ञान म्हणजे वेदांचा अर्थ नित्य आहे. (आधुनिक काळात अर्थनित्यत्वाचा पक्ष लोकमान्य टिळकांनी मांडला होता.) एकदा अर्थावर भर दिला म्हणजे तो अर्थ पहिल्यांदा ज्या भाषेत व्यक्त झाला ती भाषा हा एक अपघात ठरतो, व तिचे अवास्तव स्तोम माजवण्याचे, तिला पावित्र्य बहाल करण्याचे व इतर भाषांना तुच्छ लेखण्याचे कारण उरत नाही.

तुकोबा ईश्वरी प्रसादाने वेदांचा भाषानिरपेक्ष अर्थ पाहू शकतात कारण संस्कृत भाषेतील वेद ज्या ईश्वराने ऋषींना दाखवला तोच ईश्वर आता तुकोबांना तोच अर्थ दाखवत आहे. फरक हा आहे की पूर्वीच्या ऋषींनी तो त्यांच्या म्हणजे संस्कृत भाषेतून पाहिला तर तुकोबा तो आता आपल्या म्हणजे मराठी भाषेतून पाहत आहेत. संत बहिणाबाई तुकोबांच्या अभंगांना 'तुकाराम वेद' असे का म्हणतात हे आता लक्षात यावे. तुकोबा हे मंत्रद्रष्टे ऋषी व त्यांचे अभंग म्हणजे वेद असे हे समीकरण आहे. हे सर्व थोडक्या शब्दांत सांगायचा मार्ग तुकोबांची वाणी ही 'प्रसादाची वाणी' आहे.

मंत्रद्रष्ट्या वैदिक ऋषींचे लौकिक चरित्र फारसे ज्ञात नसल्यामुळे ते निर्मितीचा काळ वगळता एरवी काय करत असत, कसे राहात असत याची फारशी माहिती नाही. तथापि तुकोबांनी देवाच्या निकटत्वाची ही अवस्था एरवीच्या लौकिक जीवनातही टिकवली होती असे आपण म्हणू शकतो. खरे तर हेच संतत्व *'भावारूढ तुका झाला एकारावी। देवचि लौकिकी अवघा केला।।'* म्हणून तुकोबांची संवेदनशीलता ही संतांची संवेदनशीलता आहे. इतरांचे दु:ख आपल्या अंत:करणात उमटवणारी, त्यामुळे कळवळा येणारी आणि म्हणून ते दूर करण्याचा प्रयत्न करणारी संवेदनशीलता आहे. या प्रयत्नात प्रसंगी आघात सोसायचीही त्यांची तयारी आहे. *'तुका म्हणजे तेचि संत। सोशी जगाचे आघात।।'* अशी संतांची व्याख्याच त्यांनी केली आहे.

थोडक्यात सांगायचे म्हणजे संतांच्या व्यापक व समावेशक संवेदनशीलतेला ईश्वरी प्रसादाची जोड मिळते तेव्हा संतकवी तयार होतो.

प्रस्तुत संपादनात तुकोबांच्या प्रसादाच्या वाणीतून निघालेले काही अभंग त्यांच्या अर्थासह वाचकांपुढे ठेवले आहेत. हे अभंग *ॲग्रोवन* दैनिकातून पहिल्यांदा प्रकाशित झाले होते. तुकोबांनी अभंगरचना केली तेव्हा त्यांच्यापुढील श्रोतृवर्ग हा मुख्यत्वे ग्रामीण भागातील शेतकरी होता (पुढे त्यांची कविता पंडितांनीही वाखाणली हा भाग वेगळा). म्हणून शेतकऱ्यांच्या दैनिकात असे सदर चालवण्याची कल्पना संपादक आदिनाथ चव्हाण यांची. या सदराला वाचकांनी चांगला प्रतिसाद दिला होता.

प्रस्तुत संपादनसंग्रह प्रकाशित करण्यासाठी मनापासून प्रयत्न करणारे 'सकाळ पुस्तक प्रकाशन' विभागाचे श्री. अशुतोष रामगीर आणि श्रीमती दीपाली चौधरी यांचे मनापासून आभार.

– सदानंद मोरे
तत्त्वज्ञान विभाग,
पुणे विद्यापीठ

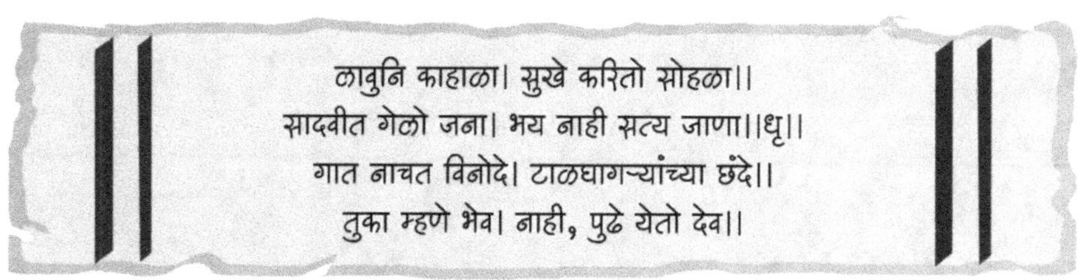

परमेश्वर दयाळू आहे. तो प्रत्येक समाजाला त्याच्या त्याच्या भाषेत उपदेश करणारा प्रेषित पाठवतो, असे महंमद पैगंबरांनी म्हटले आहे. अरबी भाषा बोलणाऱ्या जनसमूहासाठी परमेश्वराने आपल्याला नियुक्त केले आहे, असा महंमदसाहेबांचा दावा होता.

महंमद पैगंबरांचे निरीक्षण महत्त्वाचे आहे. सर्व माणसे ईश्वराची लेकरे आहेत हे मान्य केले तर ईश्वर त्या सर्वांचीच काळजी घेणार हे उघड आहे, मात्र ही सारी माणसे एकच भाषा बोलत नाहीत. भाषेमुळे माणसांचे वेगळे समूह निर्माण झाले आणि त्यांनी विकसित केलेल्या विविध संस्कृतींवरही त्यांच्या भाषेने प्रभाव पाडला हेसुद्धा निश्चितच. परमेश्वराचा संदेश एकच असला तरी त्या-त्या मानवसमूहाच्या भाषिक आणि सांस्कृतिक प्रवृत्तीनुसार त्याच्या प्रेषितांची अभिव्यक्ती व अभिव्यक्तीची पद्धत बदलणे स्वाभाविक आहे.

आपल्याला मार्ग दाखवणारे ज्ञानेश्वरांपासून निळोबांपर्यंतच्या परंपरेतील संत हे देवानेच आपल्यासाठी पाठवलेले उद्धारक होते, अशी सर्वसामान्य माणसांची श्रद्धा असते. त्यामुळे तो या संतांचा देवाइतकाच आदर राखतो. त्यांच्या पादुकांची पालखीत प्रतिष्ठापना करून त्यांचे भजनही करतो, आपल्या मराठी भाषेची जडणघडण याच संतांनी देवाच्या गोष्टी म्हणजे अध्यात्म सांगत सांगत केली. यादृष्टीने आपण मराठी बोलणारे लोक भाग्यवानच होय. संत प्रवक्ते आणि देवधर्म हा विषय असा आपल्या भाषेचा थाट आहे.

आपल्या या संतांची अध्यात्म सांगण्याची पद्धत विशेषच म्हणावी लागेल. त्यांना रूक्ष व बोजड पांडित्यात रस नव्हता. सर्वसामान्य माणसांशी, शेतकऱ्यांशी संवाद साधावा. त्यांना विश्वासात घ्यावे, त्यांना या ज्ञानाचे ओझे न वाटता उलट आनंदच व्हावा अशी उपदेश पद्धत संतांनी अंगीकारली या पद्धतीचे वर्णन तुकाराम महाराज करतात.

टाळ, घागरा आणि काहाळा ही वाद्ये वाजवत लोकांना साद घालत, गात, नाचत, विनोदाने तुकाराम महाराजांनी व इतरही संतांनी मराठी लोकांचे प्रबोधन केले. त्यांना देवधर्म सांगितला, अध्यात्म शिकवले. सत्याचे ज्ञान करून घ्या, भिऊ नका असा संदेश दिला. ईश्वरी तत्त्वच समोरे यावे इतके उन्नत व्हायला प्रोत्साहन दिले. संतांना जनसामान्यांच्या हिताची चाड होतीच, पण हे कामही त्यांच्या आवडीचेच होते, त्यात ते रंगून जायचे किती? तर *'हाकित आरोळिया गीत वाद्य सुख सोहळे। जाय केव्हा न कळे रात्री आणि दिवस।।'*

अध्यात्म आणि धर्म यांचा संबंध फार निकटचा आहे. अध्यात्म म्हणजे आत्मज्ञान आणि धर्म म्हणजे अशा प्रकारचे ज्ञान प्राप्त होण्यासाठी आवश्यक अशी विधिनिषेधात्मक आचारपद्धती. अशा धर्माचे विवेचन करणारा एक वर्गच समाजात अस्तित्वात असतो. प्रसंगी हा वर्ग भ्रष्ट होऊ शकतो. त्याने आपल्या स्वार्थासाठी धर्माचा चुकीचा अर्थ सांगायला सुरुवात केली, तर सर्वसामान्य लोकांचा बुद्धिभेद होऊ शकतो. त्यांचा गोंधळ उडतो, ते सैरभैर होतात. त्याचा परिणाम म्हणून संपूर्ण समाजच विस्कळित होऊ लागतो.

अशा वेळी तुकारामबाबांसारखा संत धर्माचे रक्षण करण्यासाठी पुढे येतो. *'धर्म रक्षावयासाठी। करणे आटी आम्हासी।।'* असे वृत्त जाहीर करून तो धर्मशुद्धीचे कार्य हाती घेतो. धर्माचे दुकान मांडून बसलेल्या मक्तेदारांचे आणि दलालांचे बुरखे फाडताना त्याला अनेकांचे शत्रुत्व पत्करावे लागते. वस्तुत: असे काही केलेच पाहिजे असे कोणतेही बंधन त्याच्यावर नसते. या भानगडीत पडून मनःस्वास्थ्य बिघडवून घेण्यापेक्षा आत्मचिंतनात व आत्मसुखात बुडून जाण्याचा पर्यायही त्याच्यापुढे खुला असतो; परंतु तो नाकारून तुकोबांसारखा हा संत रणमैदानात उतरून जणू युद्धच पुकारतो. या युद्धाचे वैशिष्ट्य म्हणजे शत्रू कोणी परधर्मीय वा परका नसून, आपल्याच समाजातील आपल्याच बांधवांपैकी असतो. प्रसंगी त्याला समाजात मानमान्यता व प्रतिष्ठा असण्याची, ज्येष्ठत्वाचा लाभ मिळत असण्याची शक्यता असते. परंतु युद्धात आणि विशेषत: अशा प्रकारच्या धर्मयुद्धात अशा प्रकारचा विचार करून मार्‍याची तीव्रता कमी होऊ देता येत नाही. श्रीकृष्णाने भीष्म–द्रोणांसारख्या गुरुजनांच्या बाबतीत अर्जुनाला जो पवित्रा घ्यायचा उपदेश केला, तोच पवित्रा तुकोबा या धर्मयुद्धात घेतात. ते लहान–थोर असा भेद करायला तयार नाहीत. त्यांच्या या युद्धात त्यांच्याजवळील प्रभावी हत्यार म्हणजे अर्थातच शब्द. या तिखट शब्दांचे बाण त्यांच्या भात्यात आहेत. लक्ष्यवेध करण्यात ते निष्णात आहेत. आपल्या या तीक्ष्ण उत्तरांचे वर्णन त्यांनीच *'बभ्रुचिया बाणे स्पर्शवे वर्मासी'* या उपमेने केले आहे. बभ्रुवाहन हा अर्जुनाचा मुलगा व त्याने खुद्द आपल्या वडिलांना जेरीस आणले होते. बभ्रुच्या बाणांचा संदर्भ देत तुकोबा दोन गोष्टी साधतात. एक तर ते बाण मर्मभेदक असतातच, परंतु त्याचबरोबर कोणाच्या स्थानाच्या प्रतिष्ठेच्या, वजनाच्या दबावाखाली येऊन माघार घेणाराही बभ्रु नव्हता, हे ते सांगतात. तसे तुकोबाही नव्हते!

धर्म रक्षावयासाठी। करणे आटी आम्हासी।।
वाचा बोलो वेदनीती। करू संती केले ते।।धृ।।
न बाणता स्थिती अंगी। कर्मत्यागी लंड तो।।
तुका म्हणे अधम त्यासी। भक्ती दूषी हरीची।।

धर्माच्या रक्षणाचे कार्य तुकोबा जिवाच्या आकांताने, प्रयत्नपूर्वक करतात. या प्रयत्नांमध्ये मुख्यत्वे दोन गोष्टींचा समावेश होतो, ज्या धर्माचे रक्षण करायचे त्याचे नेमके स्वरूप काय आहे, याचे ज्ञान होण्याचे प्रमाण कोणते? धर्माचा काही भाग तरी प्रत्यक्ष-लौकिक ज्ञानाच्या पलीकडील असतो. यासाठी वेगवेगळे धर्म वेगवेगळे ग्रंथ अवलंबतात. जसे ख्रिश्चनांचे बायबल, इस्लामधर्मीयांचे कुराण, तसेच हिंदूधर्माचे वेद हे प्रमाण होय; तर धर्मरक्षणाच्या प्रयत्नांत धर्माचे स्वरूप जाणून घेऊन इतरांना सांगण्यासाठी वेदवचनांचा आधार घ्यावा लागणार हे उघड आहे.

परंतु वेदातील वचने ही शब्दरूप आहेत. ती ऐकून, वाचून त्यांचा अन्वयार्थ लावून त्यांच्या आधारे धर्माची मांडणी करणे एवढे सोपे नाही. त्यापेक्षा ज्यांनी धर्म आपल्या अंत:करणात व अंगात बिंबवून त्यानुसार प्रत्यक्ष आचरण केले होते, अशा संतांचा आदर्श समोर ठेवून त्यांचे अनुकरण करणे अधिक फलदायी ठरेल. धर्माच्या याही साधनाचा उल्लेख तुकोबा करतात. निवृत्ती, ज्ञानदेवांपासून नामदेव, कबीर, एकनाथांपर्यंतची पूर्वपरंपरा तुकोबांच्या डोळ्यांपुढे आहे. या संतांनी जे आचरण केले तोच धर्म. तोच आमच्याही आचरणाचा कित्ता. हाच कित्ता आम्ही गिरवणार.

ज्या वेदाला धर्माचे प्रमुख प्रमाण म्हणून प्रतिष्ठा मिळते तो तीन कांडांनी किंवा भागांनी युक्त आहे. कर्म, ज्ञान आणि भक्ती ही ती वेदांची तीन कांडे होत. या कांडांमधील परस्परसंबंध, त्यांच्यातील मुख्य कोणते, गौण कोणते हा वैदिक परंपरेतील वादाचा केंद्रबिंदूच आहे. काहींनी ज्ञानाला प्रधान मानून कर्म आणि भक्ती यांना कमी लेखले. तुकोबांना वेदांचा हा अन्वयार्थ मान्य नाही. वैदिक धर्मात ज्ञानाप्रमाणे कर्म आणि भक्ती यांनाही महत्त्वाचे स्थान असल्याचे त्यांचे मत होते. कर्मत्यागाचा म्हणजेच संन्यास घेण्याचा अधिकार फारच थोड्या साधकांना असतो. शिवाय त्यांनीही कर्माचा त्याग केलाच पाहिजे असे नाही. उलट त्यांनी समाजासाठी कर्म करून आदर्श घालून द्यायला हवा, जसा ज्ञानेश्वर, नामदेवादी संतांनी घालून दिला; असेच तुकोबांचे मत आहे. म्हणून ते कर्मत्याग करणाऱ्या पुरुषाची निंदा करतात. ज्ञानाच्या अभिमानाने भक्तीला तुच्छ लेखणे हेही तुकोबांना पसंत नाही. असा मनुष्य त्यांचे लेखी अधम होय. *'सुखसागरी नेणे वस्ती। अंगी ज्ञानपणाची मस्ती।।'* असे या प्रकारच्या ज्ञानी जनांचे वर्णन तुकोबांनी अन्यत्र केले आहे

प्राचीन भारतीय काव्यशास्त्रात कवितेची तीन कारणे सांगितली आहेत. प्रयत्न, प्रतिभा आणि प्रसाद. काही कवी पूर्वींच्या कवींचे काव्य, शब्दकोश इत्यादींच्या साह्याने प्रयत्नपूर्वक कविता करतात. काहींना प्रतिभेचे देणे लाभलेले असते. त्यांना कविता विनासायास स्फुरते. काही कवींची कविता ईश्वराने प्रेरित केलेली असते. तो ईश्वराचा प्रसादच असतो. याच कवितेला प्रासादिक कविता म्हणतात.

तुकोबा आपल्या अभंगांना प्रासादिक कविता समजतात. *'प्रसादाची वाणी वदतो उत्तरे। नाही मतांतरे जोडियेली।।'*

संत नामदेवराय आणि विठ्ठल तुकोबांच्या स्वप्नात आले व त्यांनी तुकोबांना अभंगरचना करण्याचा आदेश दिला. *'नामदेवापायी तुक्या स्वप्नी भेटी। प्रसाद हा पोटी राहिलासे।।'*

आपली प्रासादिक कविता म्हणजे *'माझिये युक्तीचा नव्हे हा प्रकार। मज विश्वंभर बोलवितो।।'* असे असले तरी काही अभाविक व जडवादी म्हणजे निरीश्वरवादी लोकांना तुकोबांचा हा दावा मान्य नव्हता. याविषयी तुकोबा खंत व्यक्त करतात. वस्तुत: तुकोबांची वाणी ही इतकी वेगळी, नावीन्यपूर्ण, पूर्वी कोणी कधी न ऐकलेली म्हणजेच 'अश्रुत' होती, की तिचे स्पष्टीकरण नेहमीच्या प्रचलित चौकटीत करता येणे दुरापास्त होते, म्हणूनच तुकोबा तिला प्रसाद मानतात.

तुकोबांचे अभंग त्यांच्या हयातीतच इतके लोकप्रिय झाले, की काही हुशार कवींनी त्यांची नक्कल करून ते आपल्या नावे खपवण्याचा उद्योग आरंभला. सालोमालो हा असाच एक कवी. तो स्वत:ला कवीश्वर म्हणवून घ्यायचा. तुकोबांच्या अभंगांमध्ये इकडेतिकडे म्हणजेच फेरफार करून 'तुका म्हणे'ऐवजी आपली नाममुद्रा नोंदवायची असे या चोरीचे स्वरूप होते. हा प्रकार कळल्यावर तुकोबा खूप अस्वस्थ झाले व त्यांनी सालोमालोचा निषेध करणारे अभंग लिहिले. तुकोबा हे काही आधुनिक काळातील 'सर्व हक्क स्वाधीन' असा स्वामित्वाचा हक्क मानणारे कवी नव्हते. त्यांना खेद झाला तो आपली कविता कोणी चोरली त्याचा नव्हे; तर आपली कविता ही ईश्वरी प्रसाद असून, तिच्यात ढवळाढवळ करणे ही ईश्वराची विटंबना होय अशी त्यांची धारणा होती. *'कविश्वरांचा तो आम्हासी विटाळ। प्रसाद ओंगळ चिवडिती।।'* ही त्यांची तक्रार आहे.

तुकाराम महाराजांचा धर्मविचार हा देवकेंद्रित होता असे म्हणण्यात काही वावगे नाही. एरवी या व्यवहारातही आपण 'देवधर्म' असा सामासिक शब्दप्रयोग करत असतोच. तुकोबा धर्माच्या बाबतीतील मानवी बुद्धीच्या मर्यादा जाणून आहेत. धर्माचा संबंध कर्माशी येतो. कोणते कर्म धर्म आणि कोणते अधर्म हे ठरवणे महाकठीण आहे. कोणी कर्त्याच्या हेतूवरुन कर्माची नैतिक पारख करू पाहतो, तर कोणी कर्माच्या प्रत्यक्ष परिणामांवरुन. आता कर्त्याच्या मनात कर्म करताना नेमका काय हेतू होता हे दुसऱ्याला कसे समजणार? कर्माचे संभाव्य परिणाम तर इतके अनपेक्षित असतात, की कर्ता कितीही जाणता झाला तरी ते सर्व परिणाम त्याला अगोदर कळणे अशक्यच असते. अर्जुनाला महाभारत युद्धाच्या वेळी असाच प्रश्न पडला होता. 'धर्मासंबंधी आपल्या मनात संभ्रम निर्माण झाला असून (धर्मसंमूढचेता) तो तू तुझ्या उपदेशाने दूर कर', अशी विनवणी त्याने भगवान कृष्णाला केली. या त्याच्या विनवणीला प्रतिसाद म्हणून कृष्णाने अठरा अध्यायांची भगवद्गीता सांगितली. त्या उपदेशाचा समारोप त्याने ज्या श्लोकाने केला तो श्लोक म्हणजे –

'सर्व धर्मान् परित्यज्य मामेकं शरणं व्रज। अहं त्वां सर्वपापेभ्यो मोक्षयिष्यामि मा शुच:।।'

सर्व धर्माचा त्याग करुन परमेश्वराला शरण जाणे उचित, कारण परमेश्वर हाच सर्व धर्माचा आद्य प्रवर्तक आहे. तो धर्मरूपच आहे. सर्व धर्म त्याच्यासाठीच प्रवृत्त झाले आहेत. तुकाराम महाराज प्रस्तुत अभंगातून जणू गीतेतील याच श्लोकाचा भावार्थ उकलून सांगत आहेत. कर्मबंधनापासून सुटका करुन घ्यायला ना धर्म पुरेसे आहेत, ना धर्मशास्त्रे. म्हणून ईश्वराला शरण जाऊन कर्म करत राहणे हेच योग्य आहे. परमेश्वर सर्वशक्तिमान असल्यामुळे, समर्थ असल्यामुळे एखाद-दुसऱ्या व्यक्तीच्या कर्माचा त्याला कसला भार? बरे या परमेश्वराला साकडे घालण्यासाठी फार दूर जायचीही गरज नाही. तो आपला अंतरात्मा या स्वरूपात सदैव आपल्या निकट असतो. तो आपल्या जिवाचे जीवन आहे. तो पापक्षालनासाठी प्रायश्चित्तादी कर्मकांडाचीही अपेक्षा करत नाही. त्याला मनापासून केलेला पश्चात्ताप पुरेसा वाटतो. तो क्षमाशील आहे. तुकोबा जणू त्याच्याच वतीने ग्वाही देतात –

'तुका म्हणे मागे घडले ते क्षमा। पुढे देतो सीमा घालोनिया।।'

धर्माचा संबंध कर्माशी लावून कर्माचा अतिसूक्ष्म विचार करणाऱ्यांचे एक टोक; तर या भानगडीत न पडता कर्म नावाच्या गोष्टीच्या वाटेलाच जायला नको, म्हणून कर्मत्याग करणाऱ्या संन्याशांचे दुसरे टोक. एक कर्मात गुरफटणारे – ज्यांच्या बाबतीत तुकोबा *'कर्म–अकर्मचे डोही। बुडाले तया नाही देव कधी।।'* असे म्हणतात. दुसरे कर्मापासून फटकून राहणारे. या दुसऱ्या प्रकारच्या लोकांना तुकोबा सांगतात, की तुम्हाला धर्माचे वर्म समजलेच नाही. ते अगदी उलटे आहे. धर्माचा संबंध कर्म करण्याशी वा न करण्याशी जितका आहे त्यापेक्षा अधिक तो आपण कर्म कोणत्या मनोभूमिकेतून करतो याच्याशी आहे. भोगात म्हणजे कर्म करूनही त्यागाचे फळ मिळू शकते आणि त्यागात म्हणजे कर्म न करूनही भोग घेतल्यासारखे होते. मिथिलेचा राजा जनक राज्यकारभार करी. म्हणजे त्याच्या कर्माचा व्याप प्रचंड होता; पण हे तो केवळ कर्तव्य म्हणून अलिप्तपणाने करी. त्यामुळे त्या कर्माचे फळ त्याला चिकटत नसे. *'तुका म्हणे राज्य करितो जनक। अग्रीमाजी एक पाव जळे।।'* हा झाला भोगातील त्याग. याउलट एखाद्याने संन्यास घेऊन घरदार, बायकापोरे सोडून वनात जावे आणि तेथे परत प्रपंचाची काळजी करत बसावे, तर या संन्याशाला फळ मिळणार ते भोगाचे. त्यामुळे त्याग करायचा तो संकल्पाचा; कर्माचा नव्हे. संत एकनाथांची भाषा वापरून सांगायचे झाल्यास 'वनात वनितेचे चिंतन' करणाऱ्या संन्याशापेक्षा संसारात राहून लौकिक कर्तव्ये पार पाडता–पाडता भगवंताचे स्मरण करणारा श्रेष्ठ होय. *'मन हे गोविंदी देह काम करी हो'* ही अवस्था श्रेष्ठ आध्यात्मिक अवस्था होय. धर्माच्या आणि कर्माच्या या विरोधाभासाची जाणीव असणाऱ्या तुकोबांनासुद्धा देवाला विनवावे लागले, की *'त्यागे भोग माझ्या येतील अंतरा। मग मी दातारा काय करू?'*

धर्माधर्माच्या आणि भोगत्यागाच्या द्वंद्वात्मकतेवर मात करण्याचा उपायही तुकोबांनी सांगितला आहे. ईश्वरप्राप्ती हे उद्दिष्ट समोर ठेवून वाट्याला आलेले कर्म करत राहायचे, त्याला चिकटायचे नाही. त्याच्यापासून दूर पळायचेही नाही. त्यांचा उपदेश आहे, की *'नको गुंफू भोगी नको गुंफू त्यागी। लावूनी सरे अंगी देवाचिये।।'* देवाच्या सान्निध्यात असले, की भोगत्यागाचे द्वंद्व उपद्रव करत नाही.

'*ईशावास्यं इदं सर्वम्, तेन त्यक्तेन भुंजिथाः*' हा ईशावास्य उपनिषदात प्रकट झालेला विचार तुकोबा स्वानुभवाच्या बळावर या अभंगातून सांगत आहेत. प्रवृत्ती आणि निवृत्ती, कर्म आणि संन्यास, त्याग आणि भोग ही द्वंद्वे अनादी काळापासूनची आहेत. त्यांच्यावर मात कशी करायची हे भल्याभल्यांना समजले नाही. कोणी भोग भोगण्यात बुडाले, तर कोणी दुसरे टोक गाठून त्यागाचा डांगोरा पिटला. '*त्यागिल्याचे ध्यान राहिले अंतरी। अवघीच परी विटंबना*' अशा तऱ्हेने बाह्यतः शारीरिक कर्माच्या पातळीवर त्याग करून अंतरात मात्र विषयाचे चिंतन अशी विसंगती त्याग करणाऱ्यांच्या वर्तनातून दिसू लागली. खरे तर विश्व जर 'ईशावास्य' असेल तर ते अपवित्र वा बंधक समजून त्याचा त्याग करणे जसे चुकीचे ठरेल, तसेच ते आपल्या मालकीचे मानून त्यात उपलब्ध असणाऱ्या वस्तू ओरबाडून घेणेही चुकीचेच ठरणार. त्यावर '*नको गुंफो भोगी नको पडो त्यागी। लाऊनि सरे अंगी देवाचिया।।*' असा मार्ग तुकोबांसारख्या संतांनी सुचवला. भोगच त्यागरूप कसा करायचा याचा मार्ग त्यांनी सांगितला. आपल्या वाट्याला येणारी सुख-दुःखे ईश्वरानेच पाठवली आहेत असे मानून आपण त्यांना अलिप्तपणाने सामोरे जायचे-म्हणजेच बाजूला व्हायचे. असे केले तर देव जोडण्याची कळच हाती लागली म्हणायला हरकत नाही. उदाहरण म्हणून तुकोबा नेहमीच्या व्यवहारातील खाण्यापिण्याच्या बाबींचा उल्लेख करतात. हे नेहमीचेच पदार्थ ईश्वराचा प्रसाद या भावनेने ग्रहण केले तर – '*राम म्हणे ग्रासोग्रासी। तो नर जेविला उपवासी*'. अशा साधकाला उपवासाचे फळ मिळेल. त्याने भक्षण केलेले हे पदार्थ जणू ईश्वरापर्यंत पोहोचलेले असतात. अशा भावनेने ग्रहण केलेले पदार्थ पंचपक्वान्नेच असली पाहिजेत असे नाही. '*पत्रं, पुष्पं, फलं, तोयं*'सुद्धा आपल्याला पुरेसे असल्याची ग्वाही भगवंतांनी गीतेतून दिलेली आहे. शबरीची बोरे, सुदाम्याचे पोहे ही उदाहरणे सर्वपरिचित आहेत. फार काय, मीराबाईंना देण्यात आलेला विषाचा प्यालासुद्धा त्यांनी याच भावनेने व याच भूमिकेतून पिऊन टाकला तेव्हा ते विष पचवण्याची जबाबदारी देवाला स्वीकारावी लागली.

याउलट जो कोणी ईश्वरदत्त भोग भोगभावनेनेच घेतो तो जणू ईश्वराची फसवणूकच करत असतो. भगवद्गीता अशा माणसाची संभावना 'स्तेन' म्हणजे चोर अशी करते.

आपल्या वर्णजातिप्रधान समाजात काही लोक स्वत:ला इतरांपेक्षा उच्च समजतात व या उच्चतेचे संरक्षण करण्यासाठी स्वत:ला त्यांच्यापासून शक्यतो दूर ठेवण्याचा प्रयत्न करतात. सोवळे हा एक असाच उच्चता अबाधित ठेवण्यासाठी अवलंबलेला मार्ग. विशिष्ट प्रकारचे वस्त्र नेसून इतरांना आपल्याजवळ येण्यास व आपल्याला स्पर्श करण्यास प्रतिबंध करणे हा सोवळ्याचा उपयोग. अशा प्रकारचा उच्च–नीच भाग संतांच्या भागवतधर्माशी सुसंगत नव्हता. सोवळ्याचा मुख्य आविष्कार भोजनाच्या वेळी होत असतो. त्या भोजनाच्या प्रसंगी सर्वांच्या शिदोऱ्या एकत्र करून – म्हणजेच त्यांचा 'काला' करून त्याचे घास एकमेकांना भरवणे हा संतांच्या भागवतधर्माचा एक अत्यंत महत्त्वाचा विधी आहे. थोडक्यात, सोवळ्याचे विशेष पावित्र्य त्यांना मान्य नाही. विशिष्ट कपड्यांमुळे माणूस पवित्र बनतो, हेच त्यांना पटत नाही; पण मग पवित्र कोणाला समजायचे हा प्रश्न उरतोच. त्याचे उत्तर देताना तुकोबा म्हणतात – ज्यांना देव आवडतो व ज्यांना देवाविषयी अखंडित प्रेम वाटते, त्यांनाच खऱ्या अर्थाने पवित्र म्हणायचे, 'सोवळे' म्हणायचे. केवळ सोवळ्याचे वस्त्र नेसणारांना नव्हे.

या अशा पवित्र भक्तांचे तुकोबा आणखीही वर्णन करतात. त्यानुसार ईश्वराच्या ठिकाणी आवड जडलेल्यांनाच खऱ्या अर्थाने भाग्यवान म्हणावे, त्यांनाच खऱ्या अर्थाने धनवंत म्हणावे. जे लौकिक अर्थाने धनवित्ताने संपन्न आहेत, ते खरे संपन्न नाहीत, खरे भाग्यवंतही नाहीत. येशू ख्रिस्तानेही अशाच आंतरिक संपत्तीला महत्त्व दिले होते. आंतरिक संपत्तीपुढे बाह्य संपत्ती काहीच नव्हे.

तुकोबांच्या अर्थाने सोवळे, पवित्र, भाग्यवंत आणि धनवंत असलेल्या या मूठभर लोकांचा इतरांना लाभ काय? तुकोबा सांगतात, की असे लोक म्हणजे ईश्वराच्या विभूतीच होत, ईश्वराचे भूतलावरील ते प्रतिनिधी समजावेत. त्यांची सेवा केली असता, ती ईश्वराला पावते. ईश्वराची वेगळी सेवा करण्याची गरजच नाही. *'तोचि साधू ओळखावा। देव तेथेंचि जाणावा'* इतका त्यांचा अधिकार आहे. ईश्वराच्या प्रेमाने अंतरंग शुद्ध व पवित्र होते, मग सोवळ्यासारख्या पावित्र्याच्या बाह्य खुणा अंगावर मिरवण्यात काय हशील आहे?

तुकोबांच्या या बारा कडव्यांच्या अभंगामधील सात कडवी विस्तारभयास्तव येथे वगळली आहेत; परंतु त्यांच्यातील आशयाची दखल घेणे जरुरीचे आहे. जन्मसिद्ध वर्णजातिव्यवस्थेत व्यक्तीचे स्थान, प्रतिष्ठा व पावित्र्य तिच्या जन्मावरून ठरते. ज्या कूळात तिचा जन्म झाला ते तथाकथित खालचे असेल तर तिला अपवित्र मानले जाते. या पारंपरिक समजुतीला छेद देऊन तुकोबा सांगतात, की ज्या कूळात हरिभक्तांनी जन्म घेतला ते कूळ पवित्र व ज्या देशात हरिभक्तांनी जन्म घेतला तो देशही पवित्र. त्यांच्या पावित्र्याचे मोजमाप घ्यायला गेले तर त्यांच्यामुळे तिन्ही लोक पवित्र व्हावेत इतके ते स्वत: पवित्र असल्याचे दिसून येईल. आपला हा दावा वर्णश्रेष्ठतेचा सिद्धान्त मानणारे कर्मठ सनातनी मान्य करणार नाहीत याची तुकोबांना अर्थातच कल्पना होती. तेव्हा त्यांना आव्हान देणारा प्रश्न तुकोबा विचारतात– वर्णाचा अभिमान धरून कोण पावन झाले? तुकोबांच्या म्हणण्याप्रमाणे विष्णुदास हे जातिपातींच्या पलीकडील असतात.

आपले म्हणणे सिद्ध करण्यासाठी उर्वरित कडव्यांमधून तुकोबांनी इतिहासपुराणांमधील अनेक दाखले दिले आहेत. एरवी धर्मशास्त्रांनी कनिष्ठ वर्णजातींचे व म्हणून तुच्छ मानलेले हे हरिभक्त लोकांना पूज्य झालेले आहेत, तुलाधार वैश्य, गोरा कुंभार, रोहिदास, कबीर, मोमीन, लतीफ, सेना, कान्होपात्रा, खोदू, दादू (पिंजारी), चोखा, बंका, जनाबाई, मैराळ जनक यांचे दाखले तुकोबा देतात.

तुकोबांनी दिलेल्या उदाहरणांत हिंदू धर्मातील तथाकथित कनिष्ठ जातींमधील भक्तांबरोबर इस्लामधर्मीय संतांचाही समावेश आहे हे लक्षात घ्यायला हवे. त्यांच्यापैकी कबीरदासांचे नाव तर प्रसिद्धच आहे, स्वत: तुकोबांना कबीर गुरुस्थानी होते असे म्हणण्यात काही वावगे नाही, आपल्या ज्या चार पूर्वसुरींचा तुकोबा अतीव आदराने उल्लेख करतात त्या ज्ञानेश्वर, नामदेव आणि एकनाथ यांच्याबरोबर कबीरांचाही समावेश आहे. विशेष म्हणजे तुकोबांच्या वारकरी संप्रदायात उत्तर हिंदुस्थानात होऊन गेलेल्या संतांपैकी फक्त एकाच संताच्या वचनांचा आधार घेतला जातो तो म्हणजे कबीर!

संतांचे अध्यात्म हे कधीही व्यवहाराला सोडून नव्हते. अध्यात्म म्हणजे व्यवहाराच्या विरुद्ध असे त्यांचे समीकरण नव्हते. उत्तम रीतीने केलेला व्यवहार हा अध्यात्माला मारक नसून, पूरकच असल्याचे त्यांनी वारंवार स्पष्ट केले आहे आणि यापुढे जाऊन अध्यात्माचा खरा कस व्यवहारातच लागतो याचीही त्यांना जाणीव होती. किंबहुना; विशिष्ट आध्यात्मिक उंची गाठलेल्या पारमार्थिक पुरुषाने व्यवहारात उतरुन उत्तम व्यवहाराचे आदर्श आपल्या कृतीतून उभे करावेत, असा त्यांचा कटाक्ष होता, साहजिक त्यांच्या वचनांमधून कितीतरी व्यवहारसूत्रे विखुरलेली आढळतात. *'तुका म्हणे यश, कीर्ती आणि मान। करिता जतन देव जोडे'* इतके त्यांनी लौकिक गोष्टींना महत्त्व दिलेले आहे.

हा मान नेमका कसा सांभाळायचा याचाही कानमंत्र तुकोबा देतात, व्यवहारात ओशाळवाणे असू नये, म्हणजे सर्व लोक तुम्हाला आपोआप मानतील. तुम्ही जेथे जेथे जाल तेथे तेथे तुमचा आदरसत्कार होईल, तुमचा शब्द खाली पडू दिला जाणार नाही, अशी ग्वाही तुकोबा देतात. थोडक्यात, कोणाचेही मिंधे नसणे ही मान व प्रतिष्ठा यांची अटच आहे. आता व्यवहारात उधार–उसनवारी चालणारच, हे न समजण्याइतके तुकोबा व्यवहारशून्य नव्हते. त्यांचे म्हणणे असे आहे, की कोणाचे उसने घेतले असल्यास ते वेळच्या वेळी फेडून टाकावे. कोणाकडून कर्ज घेतले असल्यास ते योग्य वेळी सव्याज चुकते करावे. बाकी राहू देऊ नये. उधारी असेल तर तिचीही यथाकाळ व्यवस्था लावावी. व्यवहारात असे दक्ष व चोख असले, की कधी तोंड चुकवण्याची वा मान खाली घालण्याची वेळ येत नाही. कोणाचे कटू शब्द ऐकून घेण्याची पाळी येत नाही. ताठ मानेने जगण्याचा अधिकार प्राप्त होतो. इतकेच नव्हे; तर असा माणूस लोकादरास पात्र होतो. त्याच्या या अशा गुणांमुळे तो लोकप्रिय होतो लोकांना हवाहवासा वाटतो. एरवी 'मान इच्छा तो अपमान पावे' हे ठरलेले आहेच.

मानवी व्यवहारातील गुणांचे महत्त्व तुकोबांना पुरतेपणी ठाऊक असल्यामुळेच त्यांनी आपल्या स्वत:च्या वागणुकीचे धोरणही स्पष्टपणे जाहीर केले होते. *'गुणांचाची साठा। करु न वजो आणिक वाटा।।'*

ज्याला अध्यात्माची वाट चालावयाची आहे त्याला व्यवहाराविषयी बेपर्वा राहून चालत नाही. ज्याला हे मान्य नाही त्याने खुशाल हिमालयाचा रस्ता धरावा.

धर्म व परमार्थ मुख्यत्वे चित्तप्रधान असल्याचे संतांचे सांगणे आहे, त्यामुळे ज्याला धर्म पाळायचा आहे किंवा परमार्थ करावयाचा आहे, त्याने संघटन करायचे झाल्यास समचित्त असलेल्यांचेच करावे, *'उभयता एक चित्त। तरी ते प्रीत वाढली।।'* हा आपल्या सर्वांचाच अनुभव आहे. त्याला हे देवधर्मांचे क्षेत्रही अपवाद नाही. अध्यात्म हे एकांड्या शिलेदाराप्रमाणे आपले आपणच करावे. ती अतिवैयक्तिक साधना आहे, असेही काही लोकांचे मत असते. त्यामुळे असे साधक अरण्यात अथवा डोंगरकपारीत जाऊन साधना करणे पसंत करतात.

महाराष्ट्रातील संतांचा परमार्थ मात्र पहिल्यापासूनच सामुदायिक राहिला आहे. त्यांनी पंढरीची वारी केली तीच मुळी दिंडीसमवेत. 'तुम्ही आम्ही खेळीमेळी' हा त्यांच्या बाणा. देव एकट्याला सापडतच नाही, असा त्यांचा दावा नाही. तो एकट्याच्या भावालाही वश होईल; पण त्यासाठी बराच वेळ लागेल. मात्र संघटन करून प्रयत्न केले, तर *'एकलिया भावबळे। कै सापडे तो काळे। वैष्णवांच्या मेळे। उभा ठाके हाकेसी।।'*

संघटनेचे मुख्य सूत्र तुकोबांच्या मते मानसिक किंवा चैत्तिक असणार हे उघड आहे. तुकोबा सांगतात की चित्ताला चित्त मिळाले, तरच सहवास सुखाचा होतो, मिळत नसेल तर दूर राहणेच उचित.

आपण सांगतो त्याला परंपरेचा आधार असल्याचे निदर्शनास आणून द्यायलाही तुकोबा विसरत नाहीत. सल्लामसलत करायची तीसुद्धा समचैत्तिकांशी. एका अभंगामधून त्यांनी ही परंपराही उलगडून दाखवली आहे. *'प्रल्हादे जनक बिभीषणे बंधू। राज्य माता निंदू भरते केली।।'* मनासारखे न वागणाऱ्या पिता हिरण्यकश्यपूला प्रल्हादाने, बंधू रावणाला बिभीषणाने आणि माता कैकयीला भरताने त्यागिले होते, हे तुकोबांचे दाखले पुराणांतरी नमूद आहेत आणि हीच तुकोबांची परंपरा आहे. प्रल्हाद, बिभीषण आणि भरत यांची मने त्यांच्या जिवलग आप्तस्वकीयांशी जुळत नव्हती, तेव्हा रक्ताच्या नात्याचे बंध तोडून त्यांनी त्यांचा त्याग केला. सल्लामसलत करायची ती अशाच मनमित्रांशी व उपदेशाचे पालन करायचे तेही त्यांच्याच. हाच परमार्थमधील सहकार 'एकमेका साह्य करू' या शब्दांत तुकोबांनी स्पष्ट केला व तोच महाराष्ट्राच्या मनोभूमिकेचा पाया ठरला.

समकालीन वैदिक पंडितांना तुकोबा वेदांत अभिप्रेत असलेल्या आश्रमधर्माची आठवण करून देतात. याचे कारण म्हणजे बरेच पंडित वेद-श्रुतींच्या शाब्दिक पांडित्यातच गुंतलेले होते. त्यांच्या पांडित्याचा त्यांच्या आचरणाशी ताळमेळ नसे. तुकोबा या लोकांना 'पतित' असे संबोधून त्यांना त्यांची जागा दाखवून देण्यास बिचकत नाहीत.

वेदांनी घालून दिलेल्या मानवी आयुष्याच्या चौकटीनुसार व्यक्तीने बालपणी व तारुण्याच्या पहिल्या पर्वात ब्रह्मचर्य आश्रमाचे पालन करावे. वैदिक काळात उपनयन झाल्यानंतर मुलाची विद्यार्थिदशा सुरू होई. त्याने गुरुगृही राहून गुरूची सेवा करत वेदाध्ययन करणे अपेक्षित असे. त्याचे अध्ययन पूर्ण झाल्यानंतर विवाह करून तो गृहस्थाश्रमात प्रवेश करी. तो तत्कालीन उच्चवर्णीय द्विज असेल, तर त्याला प्रमुख अशा सहाही वैदिक कर्मांची जबाबदारी घ्यावी लागे. वेदांचे अध्ययन व अध्यापन, यज्ञ करणे व पौरोहित्याच्या माध्यमातून करवणे, दान देणे व घेणे ही ती षट्कर्में होत. गृहस्थाश्रमात प्रजोत्पादन व प्रजेचे संगोपन केल्यानंतर व्यक्तीने प्रापंचिक जबाबदाऱ्या मुलांवर सोपवून पत्नीसह वर्तमान अरण्यात वास करून व्रतस्थ जीवन जगावे अशी अपेक्षा असे. आयुष्याच्या शेवटच्या कालखंडात म्हणजेच संन्यास आश्रमात एकाकी अवस्थेत परिभ्रमण करत ईशचिंतन करावे. कर्में तर सोडाच; परंतु संकल्पांचाही त्याग करावा, निरीच्छ जगावे.

वैदिक धर्म म्हणजे वर्णाश्रमधर्मच मानला जाई. आश्रमाचा विचार वर्णांच्या विचारांना बाजूला ठेवून करता येत नसे. मात्र, वर्ण-जातींच्या पलीकडे घेऊन जाणारीही एक अवस्था तेव्हा होती. या पाचव्या अवस्थेचा तुकोबा उल्लेख करतात. हीच ती परमहंस अवस्था होय. परमहंस हा पाचवा आश्रम नसून, वर्णाश्रम व्यवस्थेलाच उल्लंघून जाणारी परमोच्च कोटी होय. या अवस्थेत जातिधर्म आणि कुलधर्म पाळण्याचे बंधन उरलेले नसते.

एकोणिसाव्या शतकातील दादोबा पांडुरंग या प्रख्यात समाजसुधारकांनी काढलेल्या नव्या धर्मसंप्रदायाला 'परमहंस सभा' असे नाव दिले होते. दादोबांना पारंपरिक वैदिक हिंदू धर्म न सोडता त्याच्या चौकटीत राहूनच जातिभेद मोडायचे होते. असे करणे ज्याला शक्य झाले, तो परमहंस!

भारतीय उपखंडात निर्माण झालेल्या सर्वच धर्मांनी पुरुषार्थसिद्धान्त स्वीकारलेला आहे. धर्म, अर्थ, काम आणि मोक्ष असे चार पुरुषार्थ वैदिक परंपरा मान्य करते. त्यातील मुख्य कोणता आणि गौण कोणते याविषयी वाद आहेत. येथे एवढे सांगायला हरकत नाही. आर्य चाणक्य तथा कौटिल्य याने आपल्या 'अर्थशास्त्र' नामक ग्रंथामधून अर्थ हा पुरुषार्थ सर्वांत महत्त्वाचा असल्याचे प्रतिपादन केले. महाभारतामध्येही पुरुषार्थविषयक वेगवेगळ्या मतमतांतरांची चर्चा सापडते. त्यात अर्थप्राधान्यवादाची चर्चा अर्थातच आहे.

जगण्यासाठी आवश्यक असलेली साधनांची प्राप्ती हा अर्थ पुरुषार्थाचा अर्थ. आपल्याजवळ धन किंवा पैसा असेल तर ही साधने सहज उपलब्ध होऊ शकतात; म्हणून अर्थ म्हणजे धन असे समीकरण रूढ झाले. अर्थाशिवाय म्हणजे धनाशिवाय काहीही मिळत नाही हे वेगळे सांगायला नको. साहजिकच धनप्राप्ती हेच अनेकांचे उद्दिष्ट होऊन बसते. जीवनाचा तोच मुख्य पुरुषार्थ होऊन जातो.

धनाच्या आवश्यकतेची कल्पना तुकोबांनाही होतीच; मात्र अर्थावर धर्माचे नियंत्रण हवे असे मानणाऱ्यांपैकी ते होते. त्यांचे हे मत व्यास महर्षींच्या मताशी मिळतेजुळते आहे. त्यांचे प्रतिपादन असे आहे, की जो उत्तम व्यवहाराने धन मिळवतो व अलिप्तपणाने खर्च करतो, त्याला उत्तम गती मिळेल. जन्ममरणाच्या फेऱ्यात त्याला उत्तम जन्म प्राप्त होतील. उत्तम व्यवहार याचा अर्थ अर्थार्जन करताना ते नैतिक, अर्थात धर्मसंमत मार्गांनी करणे. उदास विचाराने खर्च म्हणजे ऐषआराम, चैन, चंगळ, छानछोकी यावर पैसे न उडवता मितव्ययी राहून योग्य कारणासाठीच खर्च करणे, उधळपट्टी ही सर्वथा त्याज्य होय.

लोकोपयोगी कामासाठी केलेला खर्चही 'उदास विचारे' केलेल्या 'वेचात' मोडतो. पांथस्थांसाठी पाणपोईची सोय करणे, इतकेच नव्हे; तर पशुधनाची जोपासना करणे हा खर्च योग्य होय. तुकोबा या अभंगात अर्थाच्या पलीकडे जाऊन विचार करतात. कोणाचे वाईट न करणे, शांती धारण करणे, वाडवडलांच्या सेवेत भर टाकणे या बाबीही ते महत्त्वाच्या मानतात. त्यांच्या मते गृहस्थाश्रमाची हीच सार्थकता आणि असे वागणे म्हणजेच वैराग्य, म्हणजेच त्याग. धन मिळवायचेच नाही किंवा असलेल्या धनाचा त्याग करायचा म्हणजे वैराग्य नव्हे.

एरवी शांतिब्रह्म वाटणाऱ्या व सर्व भूतांपुढे नम्र होणाऱ्या संतांची भाषा प्रसंगी आव्हानात्मक व आक्रमक होते. या प्रसंगांपैकी एक प्रसंग पंढरीची महती सांगण्याचा होय आणि अशा प्रसंगी बोलणारे संत तुकोबा असतील तर काय होईल हे प्रस्तुत अभंगातून लक्षात येईल.

तुकोबा देहू ते पंढरपूर या परिघाच्या बाहेर कोठे गेलेच नाहीत असे काही विद्वानांचे मत आहे, परंतु वस्तुस्थिती वेगळीच होती. 'वाराणशी गया पाहिली द्वारका' असा स्पष्ट उल्लेख त्यांच्या अभंगात सापडतो. किंबहुना; असा प्रत्यक्ष अनुभव घेतल्यामुळेच ते प्रस्तुतचा अभंग लिहू शकले.

तुकोबा सांगतात, की आपण खूप तीर्थक्षेत्रे पाहिली, त्यांचे माहात्म्यवर्णन ऐकले; पण पंढरीसारखे क्षेत्र त्यांना कोठे दिसले नाही. ही बाब ते प्रश्नार्थक शैलीने विचारतात. चंद्रभागेसारखी नदी, तिच्या तीरावरील वाळवंटासारखे वाळवंट, विठ्ठलासारखा विटेवर तिष्ठत उभा राहिलेला देव, त्याच्या भोवताली जमलेले असे संत, असे कीर्तनकार आणि भोवताली चाललेला असा नामाचा गजर भूतलावर इतरत्र कोठे आढळेल का हे सांगा, असा हा तुकोबांचा आव्हानात्मक प्रश्न आहे. तसे काही कोठे आढळणार नाही याची खात्री असल्यामुळेच ते या पद्धतीने विचारतात हे उघड आहे.

पंढरी हे असे एकमेवाद्वितीय क्षेत्र असल्याचे कारणही तुकोबा स्पष्ट करतात. परमेश्वराने ते कोणताही आधार नसलेल्या अनाथ जिवांसाठी मुद्दाम निर्माण केले आहे. त्यांच्या मर्यादा, त्यांची दुर्बलता लक्षात घेऊन त्यांच्या हितासाठी हे क्षेत्र निर्माण केले गेले. साहजिकच इतर तीर्थक्षेत्रांप्रमाणे येथे कोणत्याही प्रकारचा विधी, निषेधात्मक कर्मकांड करण्याची प्रथा वा सक्ती नाही. ना येथे कोणाला मस्तकाचे मुंडण करावे लागते ना सोवळे नेसून जपजाप्य करावे लागते. दानधर्माची मातब्बरी नसल्यामुळे धनहीनांना कशाचे दान करावे याची चिंता करावी लागत नाही. येथे तुमच्या पापपुण्याच्या हिशेबाच्या वह्या उघडून कोणी जाब विचारणार नाही, प्रायश्चित्त सांगणार नाही. येथील देव विलक्षण क्षमाशील आहे, येथे कोणी कोणाचा अवमान करत नाही, कोणी कोणाला दूर लोटत नाही, उलट एकमेकांच्या पाया पडतात. येथील देव भक्तांची वाट पाहत अठ्ठावीस युगे उभा आहे.

हे इतरत्र कोठे शक्य आहे का?

पंढरीचे माहात्म्य स्पष्ट करण्यासाठी संतांनी वेगवेगळ्या भाषिक शैलींचा आणि पद्धतींचा उपयोग केल्याचे दिसून येते. तुकोबा या अभंगात त्यासाठी प्रश्नार्थक पद्धत वापरत आहेत. अभंगात उपस्थित केलेल्या तीन प्रश्नांचे उत्तर एकच असून ते अभंगाच्या धृपदात देण्यात आले आहे.

पंढरपुरात जमलेले वारकरी विठ्ठलभक्त षड्रिपूंवर मात करण्यासाठी सतत प्रयत्नशील असतात. परमार्थाच्या मार्गातील अडथळ्यांपैकी एक त्रासदायक अडथळा म्हणजे अहंकार, अर्थात अभिमान. कूल, याती, संपत्ती, सौंदर्य, ज्ञान इत्यादी अनेक बाबींचा मनुष्याला अभिमान वाटत असतो. या अभिमानापोटी तो इतरांना तुच्छ लेखतो. ईश्वराच्या दरबारात अशा अहंकारी व्यक्तीला स्थान नाही. हे खरे तर सांगायचीही जरुर नाही. पण मौजेची विसंगत म्हणजे परमार्थ अथवा ईशसाधना करणाऱ्यांनासुद्धा त्याची बाधा होऊ शकते. पंढरपुरात मात्र अभिमान कधी गळून पडतो हे समजत नाही. तुकोबा आधी अभिमानाचा तत्काळ निरास होणारे क्षेत्र कोणते असा प्रश्न विचारतात व 'पंढरी' असे त्याचे उत्तर देऊन टाकतात. नम्र होऊन इतरांचा आदर करणे हे अभिमान गेल्याचे लक्षण होय. पंढरीचे वारकरी *'क्रोधाभिमान केला पावटणी। एकमेकां लागतील पाई रे।।'* किंवा *'वर्णअभिमान विसरली याती। एकमेकां लोटांगणी जाती।।'* असे वर्णन स्वत: तुकोबांनीच अन्यत्र केले आहे.

पंढरीच्या सावळ्या विठुरायाची मूर्ती दृष्टीस पडल्यावर मनात धन्यतेची भावना उदित होऊन डोळ्यांवाटे अश्रू वाहू लागतात. अंगावर आनंदाने रोमांच उभे राहतात. असे अन्यत्र कोठे घडणे नाही.

पौर्णिमेच्या दिवशी पंढरीच्या वारीची सांगता वाळवंटातील काल्याच्या कीर्तनाने होते. या कीर्तनात कृष्णाच्या गोकुळातील लीलांचे स्मरण केले जाते. कृष्णाने सर्व बालगोपाळांच्या शिदोऱ्या एकत्र करून, त्यांचा काला करून तो सर्वांसह भक्षण केला होता. त्याचेच प्रतीक म्हणजे वारकऱ्यांचे काल्याचे कीर्तन. हे कीर्तन संपले की वारकरी अशाच प्रकारचा काल्याचा घास एकमेकांना भरवतात. तेथे वर्णाश्रमाचा विचार होत नाही. असे अद्वैत इतरत्र पाहावयास मिळत नाही 'ते या पंढरीस घडे'.

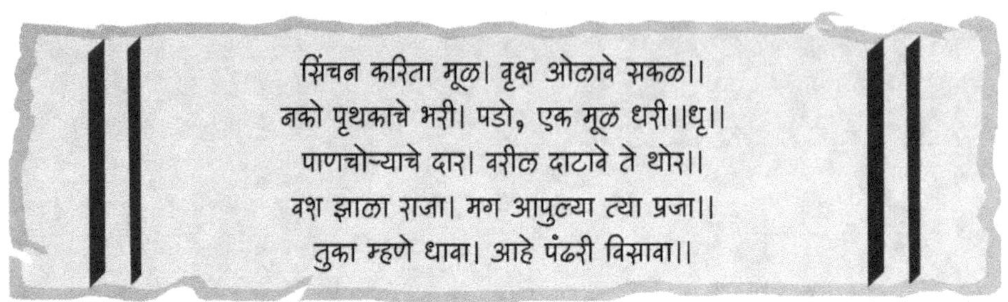

संतांना जीवमात्रांच्या कल्याणाची काळजी घ्यायची होती, त्यामुळे त्यांनी हातचे काहीही न राखता सर्वांना जवळ केले. सर्वांना पाचारून हिताच्या गोष्टी सांगितल्या. त्यांच्या असेही लक्षात आले, की अपवाद वगळता आत्मकल्याणाची आणि त्यासाठी परमात्मप्राप्तीची ओढ सर्वांनाच असते व बहुतेक जण त्यासाठी धडपडही करत असतात, वेगवेगळे मार्ग अनुसरून पाहतात; परंतु अनेकांच्या पदरी निराशाच येते. अशा प्रामाणिक साधकांशी तुकोबा कानगोष्टी करतात, त्यांना सल्ला देतात. नाना प्रकारची उदाहरणे देऊन पटवून सांगतात. आत्मकल्याणाचा मूलमंत्रच हाती सोपवतात.

तुकोबा सांगतात, की नाना प्रकारचे उद्योग सोडून द्या, त्यामुळे हातात काहीच येणार नाही. झाड वाढवायचे असेल तर फांद्यांना वा पानांना पाणी द्यायची गरज नसते. मुळाला पाणी दिले की ते वृक्षाच्या सर्वच्या सर्व शाखापल्लवांपर्यंत पोहोचते व तो वाढीस लागतो. एकट्या राजाला प्रसन्न केले म्हणजे त्याच्या माध्यमातून सर्व प्रजेवर नियंत्रण ठेवता येते, प्रत्येक नागरिकाची स्वतंत्रपणे मनधरणी करण्याची गरज उरत नाही. चिंतामणी नावाचे दुर्मिळ रत्न प्राप्त झाले म्हणजे त्याच्याकडून सर्व प्रकारची सुखाची साधने मिळवता येतात, त्यांच्यासाठी वेगळी खटपट करावी लागत नाही. पाणचोरा नामक एक यंत्रवजा खेळणे असते, त्याला अनेक छिद्रे असतात. त्यांच्यापैकी एक छिद्र असे असते, की ते बंद केले म्हणजे इतर सर्व छिद्रे आपोआप बंद होतात व यातून बाहेर पडणारे पाणी थांबते.

प्रपंचाच्या आणि परमार्थाच्या सर्व नडी भागण्याचा व अडचणी दूर होण्याचा एकच हुकमी उपाय तुकोबा सांगतात व दिलासाही देतात. दहा मार्गांनी धावपळ करायची गरज नाही. एकाच मार्गाने लगबग करा, तो म्हणजे पंढरीचा मार्ग! या मार्गाने एकदा त्या मुक्कामी पोहोचलात, की सर्व धडपडींना धावपळींना पूर्णविराम मिळेल. *'जाऊ देवाचिया गावा। देव देईल विसावा।।'* असे त्यांनी अन्यत्र म्हटलेलेच आहे. ते देवाचे गाव कोणते, तर अर्थातच पंढरपूर. त्याला तुकोबा 'भूवैकुंठ' असे म्हणतात. यामुळे धावपळ करायचीच असेल, तर ती या गावाला जाण्यासाठीच करावी, इकडच्या तिकडच्या भानगडीत पडू नये. देवदेवतांचे, तीर्थयात्रांचे लचांड मागे लावून घेऊ नये. पंढरीला गेलात, तर तुमच्या जन्मोजन्मीच्या धावपळीचे सार्थक होईल, तुम्हाला खरा विश्राम प्राप्त होईल.

धन्य पुंडलिका बहु बरे केले। निधान आणले पंढरिये।।
न पाविजे केल्या तपांचिया राशी। ते जनलोकांसी दाखविले।।धृ।।
सर्वोत्तम तीर्थक्षेत्र आणि देव। शास्त्रांनी हा भाव निवडिला।।
विष्णुपद गया रामनाम काशी। अवधी पायांपाशी विठोबाच्या।।
तुका म्हणे मोक्ष देखिल्या कळस। तत्काळ या नाश अहंकाराचा।।

पंढरी क्षेत्राचा आणि विठ्ठल दैवताचा महिमा वर्णन करताना ज्याच्यामुळे हे दैवत या क्षेत्रात येऊन विटेवर उभे ठाकले त्या पुंडलिकाचा विसर संतांना कसा पडेल? सर्व संतांनी पुंडलिकाची स्तुती करून त्याच्याविषयीची आपली कृतज्ञता व्यक्त केलेली दिसून येते. पंढरीची व विठ्ठलाची आणि पुंडलिकाची स्तुती करताना त्यात सुसंगती राहील, हेदेखील त्यांनी पाहिले. एकनाथांचे उदाहरण अगदीच चपखल ठरेल. पांडुरंगाचा उल्लेख करताना *'पंढरपूर पाटणी गा महाराज सार्वभौम। पांडुरंग दीनबंधू जयाचे ते नाव।'* असे म्हणणारे नाथराय पुंडलिकाचे वर्णन त्या सार्वभौम राजाच्या मानकरी सेवकांचा नायक असेच करणार– *'सकळ संतांचा नायक। एक जनार्दनी देख।।'*

'पुंडलिक भक्तराज। तेणे साधियेले काज। वैकुंठीचे निज। परब्रह्म आणिले।।' अशी तुकोक्ती आहेच. वैकुंठीच्या परमात्म्याला पुंडलिकाने भूतलावर आणले हा त्याचा मोठाच उपकार झाला. त्या परमात्म्याचे वर्णन वैकुंठ लोकातील निधान अथवा ठेवा असे करून हे निधान पुंडलिकाने पंढरीत आणून भाविकांसमोर प्रकट केले. एरवी ते तपस्व्यांनाही दुष्प्राप्य आहे.

दुसऱ्या एका अभंगात तुकोबा पुंडलिकाचा उल्लेख पायाळू असा करतात, अर्थात ही उपमा आहे. लोकसमजुतीनुसार पायाळू व्यक्तीला गुप्तधन दिसू शकते. तर या विठ्ठलरूपी गुप्तधनाचे दर्शन पुंडलिकाने घडवले. *'पायाळाच्या गुणे पडले ठाऊके। जगा पुंडलिके दाखविले।।'*

पुंडलिकामुळे प्रकाशात आलेल्या तीर्थ, क्षेत्र आणि देव या त्रिपुटीचे महत्त्वही तुकोबा स्पष्ट करतात. चंद्रभागा तीर्थ, पंढरी आणि विठ्ठल दैवत सर्वांत उत्तम असल्याचा निर्वाळा शास्त्रांनी दिला आहे. गया आणि काशी यांच्यासारखी सर्वोत्तम मानली गेलेली क्षेत्रे पंढरपुरात विठ्ठलाच्या पायापाशी आहेत, असे तुकोबा सांगतात, साहजिकच *'अवघीच तीर्थ घडली एकीवेळा। चंद्रभागा डोळा देखलिया।।'* त्याचप्रमाणे पुंडलिकराय हे संतांचे नायक असल्यामुळे *'अवघिया संता एकवेळा भेटी। पुंडलिक दृष्टी देखलिया।।'* जो मोक्ष मानवी जन्माची सार्थकता मानला जातो, तो तर विठ्ठल मंदिराच्या कळसाच्या दर्शनाने साध्य होतो. अहंकाराचा नाश ही मोक्षाची खूण आहे आणि पंढरीत तर अहंकाराला थाराच नाही.

आपले उपास्य दैवत श्रीविठ्ठल आपल्याला लाभले ते केवळ पुंडलिकांमुळे, याची कल्पना सर्वच संतांना असल्यामुळे त्याच्याविषयीची आपली कृतज्ञता व्यक्त करण्याची संधी ते सहसा सोडत नाहीत. अर्थात, या अभिव्यक्तीवर त्या–त्या संताच्या शैलीचा व व्यक्तिमत्त्वाचाही परिणाम झाल्याचे पाहायला मिळते. प्रस्तुत अभंगातून तुकोबा पुंडलिकाचे सलगीच्या नात्याने कौतुक करत आहेत.

पुंडलिकाची कथा महाराष्ट्रमानसात खोलवर रुजलेली आहे. मातापित्याची सेवा करण्यात मग्न असलेल्या पुंडलिकाची मातृपितृभक्ती पाहून प्रत्यक्ष विठ्ठल त्याच्यापुढे प्रकट झाला व हवा तो वर मागण्याची त्याने पुंडलिकाला सूचना केली. पण मातापित्यांची सेवा हेच आपले कर्तव्य समजणाऱ्या पुंडलिकाला स्वतःसाठी काही मागायचे नव्हतेच. तथापि, तरीही त्याला ईश्वराच्या दर्शनासाठी व स्वतःच्या उद्धारासाठी आसुसलेल्या आपल्या बांधवांचे विस्मरण झाले नाही. त्याने जवळच असलेली एक वीट देऊन विठ्ठलाला तिच्यावर उभे राहायला सांगितले. विठ्ठलाचे दर्शन घ्यायला जो भाविक येईल त्याचा उद्धार करायचीही विठ्ठलाला त्याने प्रार्थना केली. त्यात पतितांचाही समावेश होता. नामदेवराय सांगतात, ‘*पंचमहापातकी विश्वासघातकी। ज्यांसी यमादिकी गांजियेले।। ऐसिया पतितांशी करावे सनाथ। पुरवी माझे आर्त पांडुरंगा।। नामा म्हणे वर दिधला नारायणे। विठ्ठलदर्शने मुक्त होती।।*’

भक्तांना दर्शन देऊन त्यांचा उद्धार करण्याचे जे काम पुंडलिकाने विठ्ठलावर सोपवले ते तो अजून करतोच आहे. कारण अठ्ठावीस युगे झाली तरी पुंडलिकाने त्याला अजूनही बसायची अनुमती दिली नाही. अशा पुंडलिकाचे व त्याच्या हिमतीचे तुकोबा कौतुक करतात व त्याला त्यासाठी दाद देतात. साक्षात ईश्वर समोर प्रकट झाला असता त्याचे कसलेही दडपण मनावर येऊ न देता पुंडलिकाने शांतपणे त्याला विटेवर उभे राहायला सांगितले, ‘बस’सुद्धा म्हणाला नाही! कसला हा धाडसी माणूस! हा एवढा कशाने बरे मातला असेल? एरवी घरी कोणी अधिकारसंपन्न पाहुणा यायचा असेल तर लोक किती हरखून जातात. त्याच्या आगमनाची आधी किती जाहिरात करतात. त्याच्या कसे पुढेपुढे करतात हे आपण पाहतोच. पण पुंडलिकाचे काही औरच! काय हे औद्धत्य! कसला हा माज!!

वारकरी संप्रदाय हा वेदांचे प्रामाण्य मानणारा संप्रदाय आहे. वेद एकूण चार. या वेदांमध्ये कर्म, ज्ञान आणि उपासना या तीन विषयांचे विवेचन आलेले असल्यामुळे वेद त्रिकांडात्मक असल्याचे मानले जाते. यापैकी वैदिक वाङ्मयाच्या आदिकाळात कर्मावर भर दिला गेला. यज्ञयागादी कर्मकांडाचे तपशीलवार वर्णन त्यात सापडते. या भागाची व्यवस्थित मांडणी करून पूर्वमीमांसा दर्शनाने कर्मकांड पूर्णतेला पोचवते. नंतर उत्तरमीमांसा अथवा वेदांत दर्शनाने वेदांच्या अंतिम निष्कर्षात्मक भागावर म्हणजेच उपनिषदांवर लक्ष केंद्रित करून ज्ञानकांडाला व्यवस्थित रूप दिले. उपासनाकांडाची म्हणजेच भक्तीची मांडणी नीट झालीच नाही. ती करण्याचे काम महाराष्ट्रातील संतांचे; मात्र त्यासाठी त्यांनी पांडित्यपूर्ण भाष्याचा अवलंब केला नाही. आवश्यक तेथे वेदांचा उल्लेख करत आपण याच परंपरेतले आहोत याचा उच्चार मात्र त्यांनी वारंवार केलेला दिसतो. त्यांचा भक्तिमार्ग हा मुख्यत्वे नामस्मरणावर आधारित आहे. नाम घ्यायचे तर विठ्ठलाचे, की जो श्रीकृष्णच आहे. म्हणून तुकोबा त्याची ओळख पटवून देतात *'गीता जेणे उपदेशिली। ते हे विटेवरी माउली।।'* चारी वेद याच विठ्ठलासाठी, विठ्ठलाच्या प्राप्तीसाठी आहेत. म्हणून हरीचे नाम घे, बाकी कोणत्याही साधनाचा खटाटोप करू नकोस. विनाकारण श्रमण्याचे कारणच नाही.

येथे गीतेचा मुद्दाम उल्लेख करण्याचे विशेष कारण आहे. विठ्ठल दैवताची प्रतिष्ठापना पंढरीत ज्ञानेश्वरांच्याही अगोदर झालेली होती. इतकेच नव्हे; तर हा विठ्ठल म्हणजे द्वारकेहून आलेला कृष्णच असे समीकरणही प्रस्थापित झाले होते. साहजिकच कृष्णाचा जो ग्रंथ तोच विठ्ठलाचा आणि विठ्ठल हे जसे कृष्णाचे मराठमोळे रूप, तसेच ज्ञानेश्वरी ही संस्कृत गीतेची मराठमोळी आवृत्ती. वारकऱ्यांनी ती सहजपणे स्वीकारली. ही गीता म्हणजे *'कांडत्रय निरूपणी। श्रुतीच हे कोडिसवाणी।।'* असे ज्ञानेश्वरांनीच ज्ञानेश्वरीत स्पष्ट केले आहे. वेदांनाच श्रुती असेही म्हणतात. गीतेतील तीन कांडांपैकी उपासना कांडाचे चिंतन विशेष करून संतांनी वेदांमधील त्रुटी भरून काढली असे म्हणता येते. त्यामुळेच ते गीतेच्या आधारे नामस्मरण हाच वेदांचा तात्पर्यार्थ आहे असे म्हणू शकतात आणि नामस्मरण हा तर उपासनेचा गाभाच. गीतेतच नामजपाला परम म्हणजे सर्वश्रेष्ठ यज्ञ म्हटले आहे.

महाराष्ट्रामध्ये अध्यात्म वृत्ती आणि वीर वृत्ती हातात हात घालून चालत आल्या आहेत. संत साहित्यातील युद्धविषयक उल्लेख ही केवळ वरवरची रूपके नाहीत, त्यांचा संबंध अंतरंगाशीही आहे, हे लक्षात ठेवले पाहिजे. *'आम्ही वीर झुंजार। करू जमदाढे वार।।'* असे तुकोबा म्हणतात तेव्हा ते एका अर्थाने अलंकारिक असले तरी त्यांच्या लढाऊ वृत्तीचेही द्योतक असते. *'रात्रंदिवस आम्हा युद्धाचा प्रसंग'* या प्रसिद्ध ओळीतील युद्ध हातात तलवार, बंदूक घेऊन केलेली लढाई नसली, तरी अशी लढाई करणाऱ्या सैनिकाकडे जो आवेश आणि जे शौर्य असते, त्याशिवाय अशी ओळ मुळातच स्फुरली नसती.

प्रस्तुत अभंगातील अध्यात्मही अशाच प्रकारचे लढवय्ये अध्यात्म आहे. भक्तिमार्गात ईश्वरशरणता व ईश्वरदास्य या बाबी महत्त्वाच्या असतात; परंतु ही शरणता वा हे दास्य बळाच्या अभावी पत्करलेले नसून, आपण मानव ईश्वरापुढे कःपदार्थ या भावनेतून ते आलेले असते. इतकेच नव्हे; तर आपल्या सेवेच्या सचोटीची खात्री असल्यामुळे भक्त प्रसंगी ईश्वरालाही आव्हान देऊ शकतो.

जगात कोणीही शूर सेनापती वा सार्वभौम चक्रवर्ती सत्ताधीश झाला तरी त्याला काळाचे म्हणजे मृत्यूचे भय असते. तुकोबांचे अध्यात्म या काळालाही आव्हान द्यायला पुढे सरसावते. *'कोण आता कळिकाळा। येवो बळा देईल? सत्ता झाली त्रिभुवनी। चक्रपाणी कोवसा।।'* येथेही ते आपण विठुरायाचे भक्त असल्यामुळे, त्याच्या पायांशी लीन झाल्यामुळे सर्वत्र सत्ता गाजवू शकतो, आम्ही काळाचेही काळ झालो आहोत, अशी ग्वाही देतात. आपल्या हातात 'रामनामांकित बाण' असल्याची आठवणही त्यांनी करून दिली.

शांत रस हा अध्यात्मातील स्थायी किंवा प्रधान रस असल्याची साहित्यशास्त्रीय मर्मदृष्टी ज्ञानेश्वर महाराजांनी पूर्वीपासूनच दिलेली आहे. तथापि, प्रसंगी अन्य रसांचाही आविर्भाव होऊ शकतो असे त्यांनी ज्ञानेश्वरीच्या अकराव्या अध्यायात विश्वरूप दर्शनाच्या प्रसंगी सूचित केले होते. तेथे शांत रसाबरोबर अद्भुत रसही दिसून येतो. तुकोबांच्या अभंगांमधून अध्यात्मातील शांत रसाबरोबर वीर रसाच्या नेहमी अढळ होतो, *'तुका म्हणे आम्ही जिंकिला संसार। होऊनी किंकर विठोबाचे।।'* अशी तुकोक्ती आहे. ज्ञानेश्वरीतसुद्धा योग मार्गाचे विवेचन करताना 'जैत रे जैत' ही शब्द योजना अवतीर्ण झाली आहेच.

तीर्थांचिये पंथे चाले तो निदैव। पाविजेतो ठाव अंतराय।।
म्हणऊनी भले निश्चळचि स्थळी। मनाचिये मुळी बैसोनिया।।धृ।।
संकल्पारूढ ते प्रारब्धोचि जिणे। कार्यचि कारणे वाढतसे।
तुका म्हणे कामा नाही एक मुख। जिरविता सुख होते पोटी।।

ज्याच्याकडून खूप तीर्थाटने झाली तो भाग्यवान, तो पुण्यवान व नशीबवान अशी सर्वसाधारण समजूत आहे. या रूढ समजुतीला धक्का देऊन तुकोबा सांगतात, जो तीर्थांची वाट चालतो तो दुर्दैवी व कमनशिबी मानला पाहिजे. तुकोबांचे हे मत प्रथमदर्शनी अध्यात्मसाधनेशी विसंगत वाटू शकते. पण त्याचे स्पष्टीकरण तुकोबांनी तेथेच दिले आहे. तीर्थाला जाण्याच्या गडबडीत आपल्याला शेवटी जो अंतिम मुक्काम गाठायचा आहे तोच नेमका दुरावतो. असे असेल तर मग काय करावे याचेही उत्तर महाराज देतात. आपण जेथे आहोत तेथेच स्वस्थ बसून राहून आपल्या अंतरंगात प्रवेश करावा. *'ठायीच बैसोनी करा एकचित्त। आवडी अनंत आळवावा।।'* असा उपदेश करणारा तुकोबांचा अभंग ('नामसंकीर्तन साधन पै सोपे' ही त्याची सुरुवात आहे.) वारकरी ज्ञानेश्वर माउलींच्या हरिपाठानंतर म्हणतात. तो त्यांचा परिपाठच आहे.

देव शोधत दाही दिशा पालथ्या घालणाऱ्यांसाठी तुकोबांचा हा उपदेश आहे 'तुझे आहे तुजपासी' हे त्यांनीच सांगितलेले सूत्र आहे.(त्याचाच उपयोग पु. ल. देशपांडेंनी आपल्या एका प्रसिद्ध नाटकाच्या शीर्षकासाठी केला होता.) या माणसांची अवस्था कस्तुरीमृगासारखी आहे. या मृगाच्या बेंबीत कस्तुरी असते. त्याला तिचा सुगंध येतो व ती कोठे आहे याचा शोध घ्यायला तो सर्वत्र रानभर भटकतो.

खूप धावपळ करूनही कोठेही पोहोचू न शकणाऱ्या अति उत्साही प्रामाणिक साधकांसाठी हे मार्गदर्शन आहे. हा रजोगुणी परमार्थ झाला. या साधकांना आपल्या कर्तृत्वाचा अभिमान असतो. ते पुण्यप्राप्तीचाही संकल्प करतात. परंतु एकदा तुम्ही संकल्प करून कृती केली, की त्या कृतीच्या परिणामाची साखळी सुरु होते. यालाच प्रारब्ध म्हणतात. पण म्हणजेच नंतर तुमच्या नियंत्रणात काहीच राहात नाही. रजोगुणी अतिक्रियाशील परमार्थ हासुद्धा वासनापूर्तीचाच एक प्रकार म्हणावा लागतो. 'काम' या शब्दाचा केवळ शारीरिक स्तरावरील सुखदायी क्रिया इतका संकुचित अर्थ घ्यायचे कारण नाही. काम शतमुखांनी प्रकट होतो. तीर्थयात्रेची चटक लागते. ती केल्याचा अभिमान वाटू लागतो. न करणाऱ्यांना तुच्छ लेखून पामर पापी म्हणावेसे वाटते. त्यापेक्षा आहोत तेथे बसून चिंतन करावे. प्रारब्धाची शृंखला तोडावी.

अध्यात्म साधना करणाऱ्या अन्य मार्गातील लोकांशी वैष्णवांची तुलना करून तुकोबा वैष्णवांचे महत्त्व प्रस्थापित करतात. ईश्वरप्राप्ती हे अध्यात्मसाधनेचे अंतिम उद्दिष्ट मानले जाते. ईश्वरप्राप्तीसाठी पात्र व्हायचे असेल, तर अहंकार पूर्णपणे गळून पडायला हवा; परंतु साधनेत उत्पन्न होणारी एक मजेदार विसंगती म्हणजे ईश्वरप्राप्तीचे मार्ग अवलंबणाऱ्या लोकांमध्ये आपण अशा प्रकारची साधना करत आहोत याच गोष्टीचा अभिमान निर्माण होऊन ते स्वत:ला इतरांपेक्षा श्रेष्ठ मानू लागतात; पण त्यामुळे त्यांच्या उद्दिष्टाचाच पराभव होतो. म्हणजे ईश्वरप्राप्तीच होत नाही. दहा कोसांवरील गावी पोहोचण्यासाठी रस्ता चालू लागणाऱ्या माणसाने आपल्या चालण्यावर खूश होऊन त्या वाटचालीवर प्रेम करु लागावे व त्यामुळे तो रस्ताच बघता-बघता वीस कोसांचा व्हावा, तसा हा प्रकार आहे. तीर्थक्षेत्रांच्या वारंवार यात्रा करणारे त्याचप्रमाणे बारा-बारा वर्षे कठोर तप करणारे साधक आपल्याच साधनेच्या बंधनात अडकतात. त्यांच्यात एकप्रकारचा श्रेष्ठता-गंड निर्माण होतो. ज्ञानाच्या मार्गाचा अवलंब करणाऱ्यांना आपण वाचलेल्या पोथ्या-पुस्तकांच्या पानांच्या संख्येचे कौतुक वाटू लागते व त्यासाठी लोकांनी आपल्याला थोर मानून आपला गौरव करावा, मानपत्रे द्यावीत, शालजोडी अर्पण करून सत्कार करावा, अशी इच्छा त्यांच्या ठायी उत्पन्न होते. म्हणजे ते आता ईश्वराऐवजी स्वत:चीच पूजा व्हावी असे प्रयत्न करु लागतात. ते 'खुदपरस्त' बनतात, 'खुदापरस्ती' दूर राहते. तुकोबा सांगतात, की विष्णुदासांचे मात्र असे नाही. हे भोळेभाबडे भक्त अभिमानाचा त्याग करून एकमेकांच्या पाया पडतात. याती, कूळ, वर्ण, ज्ञान यामुळे होणारे भेद विसरुन जातात. भेटणारा प्रत्येक जीव ईश्वराचेच स्वरूप आहे असे समजून त्याचे पायी लीन होतात. 'भक्ती ते नमावे जीवजंतूभूत' अशा प्रकारच्या नमनभक्तीचा मार्ग ते अनुसरतात.

'भोळिवेचे लेणे साजे विष्णुदासा। अहंकार तो कैसा न देखती।।'

त्याचप्रमाणे काही साधक कर्मकांडाच्या भोवऱ्यात अडकून गटांगळ्या खाऊ लागतात. हे कर्मकांड इतके बारीक, किचकट व तपशील भरले आहे, की ते करताना दमछाक तर होतेच; पण आपण ते कशासाठी करत आहोत याचाच विसर पडतो. हा तर उद्दिष्टाचा पराभवच! निघालात देव शोधायला आणि रेंगाळलात रस्त्यात किंवा अडकलात कर्माच्या चक्रव्यूहात.

वारंवार तीर्थयात्रेला जाणाऱ्या यात्रिकाचा तुकोबांनी नेहमीच धिक्कार केलेला दिसतो. *'तुका म्हणे घाणा। मूढा तीर्थ प्रदक्षिणा।।'* घाण्याला जोडलेला बैल जसा घाण्याभोवती फिरतो, त्याप्रमाणे हे लोक तीर्थयात्रा करतात. तीर्थला गेल्यावर त्या नगराला प्रदक्षिणा घालतात. 'तीर्थी धोंडापाणी' हे तुकोबांचे वचन सर्वप्रसिद्धच आहे. त्यातील पाण्याचा उल्लेख महत्त्वाचा आहे, कारण तीर्थक्षेत्रातील नदीचे पाणी पवित्र व पावन मानले जाते. त्यात अंघोळ केली म्हणजे पापक्षालन होते, पुण्य मिळते या श्रद्धेने भाविक लोक अशा तीर्थस्नानात गर्क असतात. तुकोबा त्यांना विचारतात, की 'अशा रीतीने शरीराला स्नान घालून काय होणार आहे? फार तर त्वचा स्वच्छ होईल; परंतु अंत:करणात साचलेला काम, क्रोध, लोभ, मद, मत्सराचा मळ तसाच राहील. तुकोबा स्वच्छता आणि शुद्धी यांच्यात भेद करतात. पाण्याने स्वच्छता होते, तीही बाह्य शरीराची, आंतरिक शुद्धी हा वेगळाच प्रकार आहे. तेथे पाण्याचा उपयोग नाही. मग ते एखाद्या अप्रसिद्ध खेड्यातील विहिरीतील असो; अथवा गंगा–यमुनेसारख्या लोकप्रसिद्ध पवित्र नद्यांचे असो!

अशा प्रकारे तीर्थक्षेत्रात केलेल्या स्नानामुळे आंतरिक शुद्धी तर होत नाहीच; परंतु वृथा अभिमान मात्र वाढीस लागतो. आपण तीर्थयात्रा केल्या, इतकी गंगास्नाने आपल्याला घडली, याचा उच्चार हा यात्रिक वारंवार करून त्याचा टेंभा मिरवतो. तुकोबा त्याला सांगतात, की स्नानाचा हा प्रकार वृंदावन नावाच्या कडवट चवीच्या फळाला साखरेत घोळण्यासारखा आहे. अशा घोळण्यामुळे वृंदावनाची चव मुळीच बदलत नाही. ही कडू चव त्याचा अंगभूत भाग असतो. तो अशा बाह्य उपचारांनी बदलणारा नाही.

तुकोबा मनाच्या शुद्धीला अधिक महत्त्व देतात. *'तुका म्हणे पाख मन। नारायण संबोखी।।' 'तुका म्हणे मन करावे निर्मळ। येऊनी गोपाळ राहे तेथे।।'* मन शुद्ध झाले तर ते ईश्वराचे निवासस्थान होऊ शकते, पण हे व्हावे कसे? तीर्थस्नानाने नक्कीच नाही. त्यासाठी अंतरात शांती, दया व क्षमा हे दैवी गुण बाणवले पाहिजेत. *'दया क्षमा शांती। तेथे देवाची वसती।।'* आणि अशी ही त्रयी जर तुमच्या मनात तुम्ही नांदवू शकाल, तर देव तेथेही वसती करायला येईल. पण त्यासाठी भटकायची गरजच नाही. *'बैसोनि निवांत शुद्ध करी चित्त। तया सुखा अंतपार नाही।। येऊनी अंतरी राहील गोपाळ। सायासाचे फळ बैसलिया।।'*

बैसो, खेळो, जेऊ। तेथे नाम तुझे गाऊ।।
रामकृष्ण नाम माळा। घालू ओवुनिया गळा।।धृ।।
विश्वास हा धरू। नाम बळकट करू।।
तुका म्हणे आता। आम्हा जीवन शरणागता।।

परमात्म्यावर दृढ श्रद्धा ठेवून त्याचे शरण्यभावाने नामस्मरण करायचे हा संतांचा साधन मार्ग होय. नामस्मरण हा त्यांच्या विचारसरणीचा गाभाच होय. परमात्म्यापर्यंत पोहोचण्याचे मानवाला उपलब्ध असणारे साधन म्हणजे त्याचे नाम. अलीकडच्या काळात नामस्मरणावर भर देणाऱ्या सत्पुरुषांमध्ये गोंदवलेकर महाराज आणि गुरुदेव रामभाऊ रानडे यांचा समावेश होतो. या दोघांच्याही निरुपणांमध्ये व विवेचनांमध्ये नामस्मरणाचा महिमा गाणाऱ्या संतवचनांची संख्या लक्षणीय आहे.

संत हरिनामाचा महिमा समजावून सांगत आपल्या अनुयायांना व श्रोत्यांना नाम उच्चारण्यास प्रवृत्त करतच; परंतु प्रसंगी हा महिमा ते प्रत्यक्ष ईश्वरालाच ऐकवीत. *'तुझ्या नामाचा महिमा। तुज न कळे पुरुषोत्तमा।'* असे तुकोबा म्हणतात. तो समजण्यासाठी मनुष्यजन्माला येऊन नामस्मरणच करायला हवे. *'तुका म्हणे आम्हा। जन्म गोड म्हणऊनी।।'* नामस्मरणाची क्रिया संतांच्या एवढी अंगवळणी पडलेली दिसते, की ती त्यांच्या जगण्याशीच एकरूप झालेली होती असे म्हटले तरी चालेल. तो त्यांचा श्वासोच्छ्वास बनला होता. *'आम्हा नामाचे चिंतन। रामकृष्ण नारायण। तुका म्हणे क्षण। खाता जेविता न विसंबो।।'*

प्रस्तुत अभंगातूनही तुकोबा नामस्मरणाने त्यांचे जीवनच कसे व्यापले आहे हे स्पष्ट करतात आणि तेसुद्धा ज्याचे नाम ते घेतात त्या ईश्वरापुढेच. आपण बसताना, खेळताना, जेवताना तुझे नाम घेतो. ईश्वराची विविध नावे ही जणू सुमने आहेत किंवा मोतीच आहेत. त्यांच्या माळा ओवून आम्ही त्या अलंकारांप्रमाणे गळ्यात घालतो- *'नामपाठ मुक्ताफळांची ओवणी'.*

संत साहित्यात नामाचा महिमा वारंवार सांगितलेला आढळतो. त्यामुळे एखाद्याला आश्चर्य वाटणेही शक्य आहे. पण तो सांगायचे एक कारण म्हणजे नाम इतक्या सहजपणे व विनासायास उपलब्ध होणारे आहे की या अतिपरिचयामुळे त्याचे महत्त्व कळेनासे व्हावे. पण ही अत्यंत मौल्यवान गोष्ट आहे.

आपला नामस्मरणावर पूर्ण विश्वास असून, ती जणू आमची तारक संजीवनीच आहे अशी ग्वाही तुकोबा देतात. नामस्मरणाचा हा मार्ग एक खुला मार्ग आहे. तुम्ही परमात्म्याला कोणत्याही नावाने हाक मारा, एखादे नवीन नाव द्या. तो त्यालाही प्रतिसाद देईल. *'तुका म्हणे जे जे बोला? ते ते साजे या विठ्ठला।।'*

साधकांना आणि मुमुक्षूंना ज्या ज्या समस्या येतात व ज्या सोडवण्यासाठी ते नाना प्रकारच्या उपायांनी खटपट करत असतात, त्या सर्व सोडवण्याचे सामर्थ्य नामस्मरणात असल्याची ग्वाही तुकोबा देतात. *'कर्म आणि धर्म आचरिजे जया लागी। साधक शिणले जगी साधन साधता अभागी।। गोड तुझे नाम विठोबा आवडले मज। दुजे उच्चारिता मनी वाटतसे लाज।।'* असा आपला अनुभव खुद्द ज्ञानेश्वर माउलींनीही प्रकट केला आहे

नाम ही भवरोगावरील सर्वोत्तम औषधयोजना आहे. जन्ममरणाच्या चक्राला भवरोग म्हणणे हे भारतीय परंपरेचे खास वैशिष्ट्य आहे, त्याचा संबंध कर्माशी लावला जातो. आपण जे कर्म करून ठेवलेले आहे, त्याला संचित– साचलेले– असे म्हणतात व सध्या आपल्या हातून घडत असलेल्या कर्माला क्रियमाण असे नाव आहे. या कर्माचे वैशिष्ट्य म्हणजे त्याची पाप-पुण्यरूप फळे जीवात्म्याला भोगावीच लागतात. हा कर्मसिद्धान्तच आहे. नामाच्या जोरावर या कर्मभोगाला थोपवता येते. एकदा पाप-पुण्यरूपी कर्मभोग संपला, म्हणजे पुन्हा जन्माला येण्याचे कारणच उरत नाही आणि जन्ममरणाच्या चक्रातून सुटका म्हणजेच भवरोगातून मुक्तता.

नामस्मरणाचे हे महाप्रयोजन सांगून तुकोबा आता त्याच्या तातडीच्या परिणामांकडे वळतात, जन्ममरणाच्या फेऱ्यातून सुटका ही नंतरची गोष्ट झाली, वर्तमान जन्मात त्याचा काय फायदा, असे कोणीही विचारू शकतो. त्याला तुकोबा सांगतात की नामामुळे पाप व ताप नष्ट होतात. आधिभौतिक, आध्यात्मिक आणि आधिदैविक या त्रिविध तापांची पीडा मनुष्यमात्रास होत असते. काही भौतिक स्वरूपाच्या बाह्य कारणांमुळे उत्पन्न होतात. काही आंतरिक–मानसिक असतात, तर काही अज्ञात कारणांमुळे निर्माण झालेले असतात. नामस्मरणामुळे त्रिविध तापही संपुष्टात येतील.

पापतापकर्मभोगादी त्रासांनी युक्त अशा मानवी जीवनाचे मूळ कारण माया नावाची एक अजब चीज असल्याचे तत्त्ववेत्त्यांनी सांगून ठेवले आहे. सारे विचारवंत या मायेच्या भीतिदायक छायेखाली वावरताना दिसतात. तुकोबा सर्वांनाच दिलासा देतात. मायेची भीती बाळगायचे कारण नाही. परमेश्वरावर दृढ श्रद्धा ठेवून त्याचे नाम घेत राहिले, तर माया दासी होऊन तुमच्या पायावर लोटांगण घालील.

तुकोबांसारख्या संतांच्या वास्तव्याची जागा परमेश्वराच्या निकटची. मग त्याला वैकुंठ म्हणा किंवा आणखी काही. ते या जगात अवतरले ते सर्वसामान्य लोकांचा उद्धार करण्यासाठी, त्यांना सन्मार्गाला लावण्यासाठी. इतरांप्रमाणे गेल्या जन्मात केलेल्या कर्मांची बरी–वाईट फळे भोगण्यासाठी त्यांचा हा जन्म नाही. *'आम्ही वैकुंठवासी। आलो याचे कारणासी।'* असे आपल्या जीवनकार्याबद्दलचे नि:संदिग्ध उद्गार तुकोबांनी काढलेले आहेतच.

या भूतलावरील आमचा मनुष्यजन्म विशिष्ट हेतूने– विशिष्ट कार्य करण्यासाठी झालेला आहे. इहलोक हे आमच्या तात्पुरत्या मुक्कामाचे ठिकाण आहे. ज्या कामासाठी आम्ही येथे आलो आहोत ते पूर्ण झाले, की आम्ही आमच्या मूळ ठिकाणी जायला मोकळे आहोत. आम्हाला आमच्यासाठी काही मिळवायचे नाही. जे काही चालले आहे ते इतरांसाठी.

जनलोकांचे दु:ख दैन्य पाहून संत तळमळतात. *'बुडताहे जन न देखवे डोळा। येतो कळवळा म्हणोनिया।।'* असे सांगणारे तुकोबा स्वत:च्या सुखदु:खाच्या बाबतीत कमालीचे उदासीन आहेत. ऐहिक व्यवहारांमध्ये स्वत:च्या वैयक्तिक नफा–नुकसानीकडे, सुखदु:खांकडे ते तटस्थपणे, अलिप्त राहून पाहू शकतात.

तुकोबांच्या या अभंगातून भगवद्गीतेतील लोकसंग्रहाचे तत्त्वज्ञान व्यक्त झाले आहे. ज्याला ब्रह्मज्ञान झालेले आहे व म्हणून जो मोक्षाचा अधिकारी आहे त्याने कर्म करण्याची गरज नाही अशी तत्त्ववेत्त्यांची समजूत गीतेला मान्य नाही. अशा सिद्ध पुरुषाने स्वत:साठी नाही तर लोकांसाठी कर्म करावे. त्यांना सन्मार्गाला लावून त्यांचा उद्धार करावा. समाजापुढे आपल्या वर्तनातून आदर्श घालून द्यावा ही गीतेची शिकवण.

कर्म करण्याच्या संतांच्या व सर्वसामान्यांच्या पद्धतींमध्ये फरक असणार हे उघड आहे. तो फरकही तुकोबा स्पष्ट करतात. इतरांप्रमाणे संत या कर्मात गुंतलेले नसतात. त्यांची कर्मे साक्षीभावाने व अलिप्तपणाने त्यांच्याकडून घडत असतात. ते जणू कर्म करण्याचा अभिनय करतात म्हणा ना! ज्ञानेश्वरीच्या भाषेत सांगायचे म्हणजे– *'बहुरूपीयांची रावोराणी। स्त्री–पुरुष भावो नाही मनी। सोंग संपादणी। तैसीच करती।।'* अशा प्रकारे लोकांसाठी कर्मे करण्याची संतांची प्रवृत्ती आहे. त्यांचा लाभ घ्या, असे तुकोबा सुचवतात.

|| नटनाट्य अवघे संपादिले सोंग। भेद दाऊ रंग न पालटे।।
मांडियेला खेळ कवतुके बहुरूप। आपुले स्वरूप जाणतसे।।धृ.।।
स्फटिकाची शिळा उपाधी न मिळे। भाव दावी पिवळे लाल संगे।।
तुका म्हणे आम्ही या जनाविरहित। होऊनि निश्चिंत क्रीडा करू।। ||

'देखे प्रारब्ध जाहले। जे निष्कामता पावले। तयांही कर्तव्य असे उरले। लोकांलागी।।' अशा शब्दांत लोकसंग्रहाच्या संकल्पनेचे स्पष्टीकरण ज्ञानेश्वरांनी केलेले आहे व अशा प्रकारे लोकांसाठी कर्मे करणाऱ्या पुरुषाचा वावर राजाराणींची सोंगे काढणाऱ्या बहुरूप्यासारखा असतो, असेही सांगितले आहे. त्यांनी वापरलेला 'संपादणी' हाच शब्द तुकोबांनी वापरला. प्रस्तुत अभंगात तुकोबा हाच मुद्दा अधिक स्पष्टपणे मांडत आहेत. त्यासाठी त्यांनी नाटकाचे उदाहरण घेतले आहे.

तुकाबांची स्वत:ची कर्मे करण्यामागची भूमिका लोकसंग्रहाचीच होती. 'तुका म्हणे आता। उरलो उपकारापुरता।।' या त्यांच्या प्रसिद्ध ओळीमधून हीच भूमिका व्यक्त झाली आहे. १७व्या शतकातील समाजाचा एक घटक, देहू गावाचा नागरिक, मोरे कुलोत्पन्न कुटुंबप्रमुख इत्यादी नात्यांनी तुकोबांच्या वाट्याला काही निश्चित कर्मे आलेली असणार यात शंका नाही. बरे, तुकोबा हे लोकांसाठी सतत कार्य करत असतात म्हणून त्यांचा व त्यांच्या कुटुंबाचा भार सोसायला कोणी पुढे आले तर ते तुकोबांना मानवणार नाही हे उघडच होते. 'भिक्षापात्र अवलंबणे। जळो जिणे लाजिरवाणे।।' असा त्यांचा बाणा होता. कीर्तनासाठी कोणी बोलावले तर बिदागी वगैरे जाऊ द्या, परंतु तेथे अन्नग्रहणसुद्धा न करण्याची त्यांची नि:स्पृह वृत्ती होती. म्हणजेच वेळात वेळ काढून त्यांनी उद्योग–व्यवसायही चालूच ठेवला होता.

पण ही सारी लौकिक कर्मे करताना आपण मुळात कोण आहोत, कोठून आलो आहोत, कशासाठी आलो आहोत याचे पूर्ण भान त्यांना होते. 'आपुले स्वरूप जाणतसो' पण हे ज्ञान त्यांना लोकांसाठी कर्म करण्यापासून रोखत नव्हते. कर्म करण्याची एक हातोटी त्यांनी आत्मसात केली होती. लौकिक व्यवहारातील त्यांचा वावर रंगभूमीवरील नटाच्या वावरासारखा होता. नटाने आपल्या भूमिकेत कितीही खोल शिरून ती हुबेहूब वठवली, तरीसुद्धा ज्याची भूमिका आपण करत आहोत (उदा. राम किंवा रावण) त्याच्यापेक्षा आपण भिन्न आहोत. आपले मूळ स्वरूप वेगळे आहे. याची जाणीव त्याला असते. तुकोबा म्हणतात, की लोकसंग्रहाचा जणू आम्ही खेळच मांडिला आहे. आम्ही करत असलेली कर्मे आमचा जणू अभिनयच आहे. आम्ही जनात राहून जनांसाठी कर्मे करतो हे खरे; पण तरीही आम्ही जनांपेक्षा वेगळे आहोत.

परोपकार हीच ज्यांच्या कर्माची प्रेरणा आहे अशा सत्पुरुषांचे वर्णन तुकोबा करत आहेत. हा उपकारी स्वत: तृप्त आहे, शांत आहे. तथापि, आपल्याला जे मिळाले ते इतरांनाही मिळावे, आपण ज्या अवस्थेप्रत पोहोचलो तिथपर्यंत इतरांनाही जाता यावे असे त्याला वाटते. संत एकनाथांनी अशा धन्य महात्म्याला चंदनाची उपमा दिली आहे. चंदनाच्या झाडामध्ये अंगभूत असा सुगंध असतोच, पण त्यामुळे त्याच्या आसपास वाढलेली बोरीबाभळीची झाडेसुद्धा सुवासिक होऊन त्यांचाही गंध चंदनाप्रमाणे दरवळू लागतो. *'सर्वांगी सुवास परी तो उगला न राहे। सभोवती तरुवर चंदन करीतचि जाये।।'*

अशाच महात्म्याविषयी तुकोबा सांगतात, की तो इतरांसाठी कर्म करताना हा माझा, हा दुसऱ्याचा असा भेदभाव करत नाही. असे एखादे काम करायची संधी मिळणे यालाच तो लाभ मानतो आणि ते पार पाडताना कितीही कष्ट पडले तरी त्याची पर्वा करत नाही. *'जगाच्या कल्याणा संतांच्या विभूती। देह कष्टविती परोपकारे।।'* हे तुकोबांचे वचन सर्वपरिचित आहे.

मनुष्यजात स्वभावत: स्वार्थी असताना हा माणूस इतरांसाठी इतका का झटतो, असा प्रश्न कोणालाही पडेल. तुकोबा सांगतात, की सर्व भूतांमध्ये एकच आत्मतत्त्व नांदत असल्याचा साक्षात्कार त्याला झालेला असल्यामुळे तो इतर सर्वांना आपलीच रूपे मानतो. त्यांचे दु:ख आपले समजतो. ते जोपर्यंत अज्ञानात व बंधनात आहेत तोपर्यंत आपल्या ज्ञानाचा व मुक्ततेचा उत्सव तो साजरा करणारच नाही. त्यांच्याही ज्ञानप्राप्तीसाठी तो प्रयत्न करतो. या अशा कृपाळू कनवाळू उद्धारकर्त्याला 'गुणांची निखळ राशी' असे तुकोबा म्हणतात. त्याच्या गुणांमुळे तो लोकांना हवाहवासा वाटतो. *'व्हावा वाटे जना। तुका म्हणे साटीगुणा।।'* परंतु तो देवालाही प्रिय असतो. देवाच्या दरबारी त्याला महत्त्व दिले जाते. त्याचा अंकित म्हणवण्यात देवाला धन्यता वाटावी. अशा संतसज्जनाविषयी ईश्वराची भावना काय असते, याविषयी एकनाथी भागवतात एक फारच चांगली ओवी आढळते. *'तुम्ही अच्युत आत्मे निजनिर्धारी। म्हणोनि देवो तुमचा आज्ञाधारी। तुम्ही म्हणे तयाते उद्धारी। एरवी हाती न धरी आणिकासी।।'*

'संताघरी देव कामधंदा करी। पितांबर धरी वरी छाया।।' असा हा देवाचा अंकितपणा नामदेवांनी वर्णिला आहे.

स्वत: तुकोबारायांच्या कार्यामागील प्रेरणासुद्धा उपकाराचीच होती हे त्यांच्या 'उरलो उपकारापुरता' या प्रसिद्ध वचनावरून स्पष्ट होते. तुकोबांनी आपल्या अभंगवाणीच्या माध्यमातून लोकांना उपदेश करून त्यांचा उद्धार केला.

असा उपदेश केला नसता तर तुकोबांचा स्वत:चा कोणत्याही प्रकारचा तोटा होणार नव्हता. तसेच ते आत्मानंदात मग्न राहिले असते तरी त्यांना कोणी नावे ठेवली नसती; परंतु आपल्या भोवतालचे आपलेच लोक भवसागरात गटांगळ्या खात आहेत हे पाहून ते अस्वस्थ झाले. त्यांना ते पाहवेना, त्यांचे हृदय कळवळले.

त्यांनी त्यातून बाहेर निघावे म्हणून अभंगांच्या, कथा–कीर्तनाच्या माध्यमातून तुकोबांनी त्यांना उपदेश करायला सुरुवात केली. ही केवळ परोपकाराचीच प्रेरणा होय. या प्रेरणेचेच स्पष्टीकरण तुकोबा या अभंगातून करतात. आम्ही जो उपदेश करत आहोत तो केवळ लोकोपकारासाठीच. त्यातून आम्हाला दुसरे काहीही साध्य करायचे नाही.

'येतो हिताचा कळवळा। हाती पडतो म्हणोनि काळा।।'

या आणखी एका वचनातूनही तुकोबांनी आपल्या काव्यरचनेमागचा एक महत्त्वाचा हेतू सांगितला आहे. लोकांना भवसागरातून बाहेर काढावे व हिताचा मार्ग दाखवावा म्हणून तुकोबांचा हा सारा आटापिटा चालला आहे. यातील एक महत्त्वाचा मुद्दा असा आहे, की आपण बुडत आहोत याची जाणीव या बुडणाऱ्यांना नसते.

मुळात आपण या जन्ममृत्यूच्या फेऱ्यात म्हणजेच भवचक्रात सापडले आहोत याचे गांभीर्यच त्यांच्या लक्षात येत नाही. उलट त्यांना त्याच्यातच आनंद वाटतो. इंद्रियांचे चोचले पुरवण्यात, विषयसुखाची वाढ करण्यात ते गुंतून पडतात. हे सुख शाश्वत नाही. याच्याहीपेक्षा उच्चतर आनंदाचा शोध घ्यायला पाहिजे ही इच्छाच त्यांच्या मनात निर्माण होत नाही. जणू काही डोळ्यांवर पट्टी बांधूनच ते वावरत असतात. आता अज्ञानापोटी त्यांना हे समजत नसेल तरी त्याचे पर्यवसान कशात होणार आहे हे तुकोबांना माहीत आहे. त्यामुळे या लोकांची ते अधिकाधिक कीव करु लागतात. म्हणजे त्यांना त्यांच्या दु:स्थितीची जाणीवही करून द्यायची आणि नंतर त्यातून बाहेर पडण्याचा मार्गही दाखवायचा, अशी दुहेरी जबाबदारी तुकोबा घेतात. हे सर्व शुद्ध उपकाराच्या नि:स्वार्थ प्रेरणेतून.

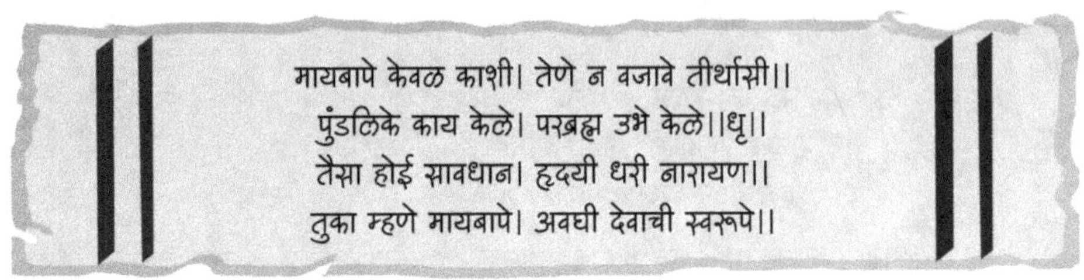

पुंडलिकाच्या कथेतून निघणारा एक महत्त्वाचा तात्पर्यबोध तुकोबा स्पष्ट करतात. विठ्ठल पुंडलिकाकडे आला तो त्याची मातृपितृभक्ती पाहून. खरे तर मातृपितृभक्तीची परीक्षा पाहायला. प्रत्यक्ष देव आपल्या पुढ्यात उभा आहे हे पाहिल्यावर पुंडलिकाने आपल्या आईवडिलांकडे दुर्लक्ष करून देवाच्या चरणी लोळण घेतली असती, तर त्याने कदाचित त्याला या परीक्षेत अनुत्तीर्ण केले असते. साहजिकच पुण्यप्राप्तीसाठी काशीसारख्या तीर्थक्षेत्रांचे भ्रमण करणाऱ्या फिरस्त्यांना तुकोबा पुंडलिकाच्या कथेची आठवण करून देतात आणि सांगतात, की आपल्या आईबापांनाच काशी समजा, त्यांची सेवा करा. पत्र लिहिताना आई आणि वडील यांच्यासाठी 'तीर्थरूप' हा मायना लिहावा लागतो हे सर्वांनाच ठाऊक असते. पण ती झाली व्यवहारातील लौकिक औपचारिकता. तुकोबा येथे त्याची खरीखुरी अंमलबजावणी करायला सांगतात.

या तात्पर्यबोधावरून आणखी एक साधारण निष्कर्षही काढता येतो. तो म्हणजे पारलौकिकाच्या किंवा परमार्थाच्या नावाखाली लौकिक नात्यांच्या संदर्भांतील कर्तव्यांकडे दुर्लक्ष करता कामा नये. किंबहुना; अशी कर्तव्ये प्रामाणिकपणे निभावणे हेसुद्धा परमार्थाचेच एक अंग समजावे.

जाता जाता तुकोबांनी आणखीही एक महत्त्वाची गोष्ट सुचवली आहे. लोक मुळात तीर्थाला जातातच का? तीर्थक्षेत्र ही एक पवित्र भूमी असून तेथे ईश्वराचे वास्तव्य असते, या श्रद्धेपोटी त्यांना त्या क्षेत्राची ओढ असते. तुकोबा अशा लोकांना सांगतात की देव तुमच्या हृदयातच आहे. त्याचा शोध घेण्यासाठी बाहेर पडायची, फिरायची गरजच नाही. आपल्या हृदयातील परमेश्वर आणि समोर मातृपितृरूपात असलेला परमेश्वर एवढी समृद्धी असताना भटकंती कशासाठी?

पण मग पंढरीला तरी कशाला जायचे असा प्रश्न एखाद्याने विचारला तर तो कुत्सित खोडसाळपणा समजायची गरज नाही. त्याचे समाधान करता येईल. पंढरी इतर तीर्थक्षेत्रांपेक्षा वेगळ्या प्रकारचे क्षेत्र आहे. किंबहुना, ते तसे एकच क्षेत्र असल्याने त्याचा प्रकारही नाही. ते मातृपितृभक्तीच्या महिम्याचे स्मारक आहे. तेथे जायचे ते केवळ विठ्ठलाचे दर्शन घ्यायला नाही, तर पुंडलिकाने घालून दिलेल्या मातृपितृसेवेच्या आदर्शाचा धडा घ्यायला व गिरवायला.

तुकोबांच्या वारकरी संप्रदायाला भक्तिपंथ असे म्हणतात. त्याच्या परिणामकारकतेविषयी तुकोबांना पूर्ण खात्री आहे. '*भक्तिपंथ बहु सोपा। पुण्य नागवे या पापा। जाणे येणे खेपा। येणे एकेचि खंडती।।*' अशी निःशंक ग्वाही ते देतात. पापपुण्याची मातब्बरी कर्ममार्गात, भक्तिमार्गात नव्हे, प्रस्तुत अभंगातून तुकोबा आपण कोणत्या पंथाने चाललो आहोत हे स्पष्ट करतात व याच पंथाने या म्हणजे निश्चितपणे देव भेटेल असे आवाहनही करतात.

तुकोबा सांगतात, की या पंथात काय करावे व काय करु नये या विवंचनेला थारा नाही. या द्वंद्वाची सुरुवात मुळात कर्म करावे की करु नये, म्हणजेच प्रवृत्ती आणि निवृत्ती यांच्या संघर्षापासून होते. तुकोबा सांगतात, की आमच्या पंथात या संघर्षाला थारा नाही. कर्म व अकर्म, भोग व त्याग, विधी आणि निषेध, पुण्य आणि पाप या उठाठेवीत पडायचे कारण नाही. एकदा यात पडले की साधक त्यातच गुंतून पडतो, गुरफटतो.

तुकोबा ज्या मार्गाचा उल्लेख करतात त्याचा प्रारंभ संतांनी केलेला असल्याचेही तुकोबा सांगतात. तुकोबांना अभिप्रेत असलेले संत म्हणजे अर्थातच ज्ञानेश्वर – नामदेवादी त्यांचे पूर्वसुरी होत. या संतांनी मार्ग दाखवला, त्यावरून यशस्वी वाटचाल करत ते मुक्कामी पोहोचले व तेथे त्यांनी आपल्या यशाची गुढी उभारली, झेंडा फडकवला. '*उभारिला ध्वज तिही लोकांवरी। ऐसी चराचरी कीर्ती ज्यांची।।*' असे हे संत आणि असे त्यांचे निशाण. हीच त्यांच्या विजयाची खूण. ती आम्हाला नुसती खुणावतेच आहे असे नसून यशाची ग्वाहीही देत आहे.

संतांच्या या मार्गाचा विकास कसा झाला हे तुकोबांच्याच शिष्या संत बहिणाबाई यांनी मंदिराच्या इमारतीच्या रूपकाद्वारे सांगितले आहे. या इमारतीचा पाया ज्ञानेश्वरांनी रचला. नामदेवरायांनी त्याचा विस्तार केला. एकनाथांनी त्याला खांब दिला तर तुकोबांनी त्यावर कळस चढवला असे बहिणाबाईंचे प्रतिपादन आहे. अभंगाचा समारोप करताना बहिणाबाई त्या मंदिरावर फडकणाऱ्या ध्वजाचा उल्लेख करायला विसरत नाहीत.

ज्या मार्गाने गेले असता आपल्याला इष्ट सिद्धी प्राप्त झाली त्याच मार्गाने इतरांनीही येऊन आत्महित साधावे म्हणून तुकोबा सर्वांनाच हाकारतात – '*स्वल्प वाटे चला जाऊ। वाचे गाऊ विठ्ठल।। तुम्ही आम्ही खेळीमेळी। गदारोळी आनंदे।।*'

मनुष्य जन्माला येऊन यज्ञयागादी वेदविहित कर्मे करणे हीच मनुष्य जीवनाची इतिकर्तव्यता व हाच धर्म असे म्हणणाऱ्यांचा एक संप्रदाय भारतात अस्तित्वात आहे. माणसाने आपली कर्तव्ये, कर्मे केली पाहिजेत. हा विचार संतांनाही मान्य होताच. परंतु त्यांचा संबंध पाप, पुण्य व त्या अनुषंगाने मृत्यूनंतर प्राप्त होणाऱ्या नरक किंवा स्वर्ग या गतींशी नाही. विशिष्ट प्रकारचे कर्म केले म्हणजे त्यायोगे पुण्यप्राप्ती होते व त्या पुण्याच्या बळावर स्वर्गात स्थान मिळते. त्याचप्रमाणे विशिष्ट प्रकारचे कर्म केले असता पाप लागते व त्याची शिक्षा म्हणून मृत्यूनंतर नरकात रवानगी होते ही विचारधारा कर्मकांडाची होय. तिचा स्वीकार केला तर आयुष्यभर स्वर्गावर नजर ठेवून पुण्यकर्म करणे व पापकर्म टाळणे यातच गुंतून पडायला होते. या अशा प्रकारे गुंतून पडलेल्या लोकांना तुकोबा 'खेळणारे' असे म्हणतात. आम्ही अशा लोकांच्या फंदात पडलोच नाही. कारण हे एक जन्ममरणाचे, पापपुण्याचे, स्वर्गनरकाचे रहाटगाडगेच सुरु होते. जागच्या जागी गरगर फिरणारे चक्र. ते पुढेही सरकत नाही व मागेही जात नाही तसा हा प्रकार आहे. परत परत तीच गोष्ट करायला लागणे ही एक प्रकारची निरर्थकताच होय. ते जगण्याचे उद्दिष्ट कसे होऊ शकेल? खरा पुरुषार्थ हे चक्र भेदून त्यातून बाहेर येण्यात आहे, असे तुकोबांना सुचवायचे आहे.

पापपुण्यविषयक चर्चेला ज्ञानेश्वरांनी वेगळी दिशा दिली होती. *'स्वर्गा पुण्यात्मके पापे येईजे। पापात्मके पापे नरका जाइजे। मग माते जेणे पाविजे। ते शुद्ध पुण्य'* असे ज्ञानोबाराय ज्ञानेश्वरीत लिहितात. स्वर्गला पोहोचवणारे पुण्य हे खरे तर पापच. कारण त्यामुळे परमात्मा दुरावतो. तुकोबाही उपदेश करतात, *'कराल ते हेचि करा। नरका घोरा का जाता। जयामध्ये नारायण। शुद्ध पुण्य ते एक।।'* परमात्म्याच्या निकट नेणारे कर्म हेच खरे पुण्य.

तुकोबांचे हे वचन म्हणजे धर्माचरण करु इच्छिणाऱ्यांसाठी मार्गदर्शक आणि दिलासा देणारे आहे. यज्ञ, दान या मार्गासाठी आवश्यक असणारे धन सर्वांजवळ नसते. पण त्यामुळे काही बिघडत नाही. मुळात हे मार्गच संशयास्पद आहेत. या खेळात सहभागीच होऊ नका. मानवी जीवनाचे खरे श्रेय कशात आहे हे समजून घ्या.

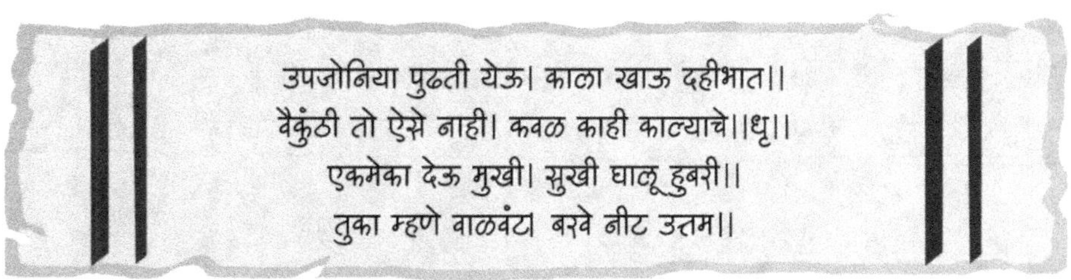

पापपुण्यामुळे जन्ममृत्यूच्या रहाटगाडग्यात फिरणारे परतंत्र असतात. आपण कोठे जन्म घ्यायचा, केव्हा घ्यायचा हे काही त्यांच्या हातात नसते. त्यांचे जन्म आणि त्यांचे मृत्यू, कर्मफलाचाच भाग असतात. म्हणून तर या चक्राचा भेद करणे हेच स्वातंत्र्य असे वाटणारे साधक 'मोक्ष' या स्थितीकडे आकृष्ट होतात. या स्थितीत जन्ममृत्यूच्या गती चक्राचा फेरा पूर्णपणे थांबतो.

तुकोबा प्रस्तुत अभंगामधून तिसऱ्याच एका पर्यायाची गोष्ट सांगतात. पापपुण्यरूपी फळ देणाऱ्या कर्मात त्यांना स्वारस्य नसल्यामुळे त्यांनी त्या चक्राचा फेरा थांबवला आहे. मात्र त्यामुळे प्राप्त झालेल्या मोक्षाच्या स्थितीतही त्यांना गोडी वाटत नाही. निरर्थक गती त्यांना आवडत नाही, त्याचप्रमाणे निरर्थक स्थिरता वा स्तब्धता तरी रुचणारी अवस्था आहे का? तर नाही. तुकोबा या मोक्षावस्थेचा त्याग करून भूतलावर परत जन्म घ्यायची तयारी दर्शवतात.

तुकोबांचा हा संकल्पित जन्म त्यांच्यावर लादले गेलेले कर्माचे फळ नाही. ती नाइलाजाने दिलेली स्वीकृती नसून, स्वेच्छेने स्वीकारलेला पर्याय आहे. तो त्यांचा निर्णय आहे. या निर्णयात त्यांनी आपले स्वातंत्र्य अबाधित ठेवले आहे.

मर्त्य लोकांत जन्म घेण्यासारखे असे कोणते आकर्षण आहे जे मोक्षाच्या स्तब्धपणात नाही, स्वर्गात तर नाहीच; परंतु विष्णूच्या वैकुंठ लोकातही नाही? पंढरपूरच्या चंद्रभागा नदीच्या तीरावरील वाळवंटात वारकरी जो गोपाळकाला करतात तो वैकुंठात होत नाही. काल्यातील दहीभाताचे घास वैकुंठात मिळत नाहीत, हे ते आकर्षण होय.

वारकरी संप्रदायात काल्याला फार महत्त्व आहे. वारकऱ्यांच्या कोणत्याही उत्सवाची, सप्ताहाची सांगता काल्याच्या कीर्तनाने होत असते. या कीर्तनात कृष्णाने गोकुळात केलेल्या बाललीलांचे वर्णन केले जाते. त्यातील सर्वांत महत्त्वाचा भाग म्हणजे त्याने आपल्या सर्व गोपसवंगड्यांच्या शिदोऱ्या एकत्र करून म्हणजेच त्यांचा काला करून केलेले सहभोजन. त्यात भेदाभेदाला थारा नाही. त्याचप्रमाणे वारकरीसुद्धा विविध खेळ खेळत एकमेकांना काल्याचे घास भरवतात. वाळवंटात मांडलेल्या खेळांनी दमलेल्या, भूक लागलेल्या वारकऱ्यांना आता खाऊपिऊ घातले पाहिजे. तोच हा काला.

ईश्वरी प्रेमसुखाचा अनुभव आनंदमयच असणार व तो घेतानाही आनंदच होणार हे उघड आहे आणि या अनुभवात इतरांना सहभागी करून घेण्यात तुकोबा सदैव तत्पर असत.

'*सेवितो हा रस वाटितो आणिका। घ्या रे होऊ नका रानभरी।।*' असे आवाहन करत ते लोकांना पाचारण करत. '*तुका म्हणे जना सकळांसहित। घेऊ अखंडित प्रेमसुख।।*' हा त्यांचा बाणा त्यांनी जाहीरही केला होता. प्रस्तुत अभंगात प्रेमसुख घेताना होणारा आनंद ते लपवत नाहीत, तथापि हे ते एकांतात घेऊ पाहतात. त्या ठिकाणी कोणाचा वारासुद्धा लागू नये अशी इच्छा ते व्यक्त करतात. ही एखाद्याला विसंगतीसुद्धा वाटू शकेल.

पण तुकोबा त्याचे स्पष्टीकरण करतात. प्रेमसुख भोगण्यात मग्न झालेल्या हरिभक्तांना जर दुर्जनांनी पाहिले, तर त्यांची दृष्ट त्यांना लागेल व साराच विरस होईल. म्हणून हे जणू गुप्तधनच आहे असे समजून आपल्याला मानवेल त्या प्रकारे त्याचे सेवन करत राहाणे, हेच तुकोबा उचित मानतात.

या सुखाच्या स्वरूपाविषयी ते सांगतात, की ते फारच सुकुमार म्हणजे नाजूक आहे. त्याचे वर्णन जरी करण्याचा कोणी प्रयत्न केला, तरी तेवढ्यानेही ते कोमेजून जाईल.

भक्तांच्या या प्रेमसुख सोहळ्यास काळाची दृष्ट लागू नये याची प्रत्यक्ष भगवंतच काळजी घेतात, असे ज्ञानेश्वरीतही सांगण्यात आले आहे. '*आता यावरी येतुले घडे। जे तेचि सुख आगळे वाढे। तेथ काळाची दिठी न पडे। हे आम्हा करणे।।*'

संत नामदेवांनीही भक्तांचे हे गुपित वेगळ्या शब्दांत सांगितले आहे –

'*वैष्णवांचे घरी मांडिला पाहुणेर। नामाचा वोगर वाढियेला।।*

घ्या रे पोटभरी जेवा धणीवरी। आनंद गजरी रामनाम।।

होईल पायरव दुर्जना न सांगावे। एकांती सेवावे नामा म्हणे।।'

ज्या एकांतात तुकोबांना अगणित प्रेमसुख आनंदाने घ्यायचे आहे, तसा एकांत त्यांना गावात वा नगरात मिळणे शक्य नव्हते. अनेक प्रकारचे साधक, उपदेशक, जिज्ञासू त्यांच्याकडे येत असत. त्यांच्याशी विचारविनिमय, चर्चा करत असत. शिष्टाचार म्हणून का होईना, औपचारिक नात्याने का असेना, तुकोबांना त्यांच्याशी बोलावे लागे. या मंडळीत कधी अद्वैत वेदांताचे तत्त्वज्ञान सांगणारे पंडितही असत. त्यांच्या म्हणण्याप्रमाणे जीव हा ब्रह्मच असून, त्यामुळे त्याला ईश्वराची भक्ती करण्याची आवश्यकताच नाही. भक्ती ही परमेश्वर व जीव यांच्यातील भेदभावावर आधारित आहे. महानुभाव पंथाच्या चक्रधर स्वामींनी ही गोष्ट ठसठशीतपणे सांगितली आहे. त्यानुसार सर्व जीव एकाच कोटीतील – 'जीवा जीवा साजात्य'; मात्र परमेश्वर त्या सगळ्यांपासून वेगळा 'हे सकळा वैजात्य'. जीव – परमात्म्याच्या संबंधांविषयी ते म्हणतात, 'जीवेश्वरा स्वामिभृत्य संबंधु अनादीचा'. अद्वैत वेदांत्यांचे मत यापेक्षा एकदम वेगळे, ते नेहमी 'अहंब्रह्मास्मि' हे उपनिषदातील महावाक्य म्हणतात. त्यांच्या मतानुसार भक्तीचा व्यवहार द्वैतावर आधारित असून, द्वैताची जाणीवच मुळी अज्ञानमूलक असते.

असा एखादा वेदांती गावी आला आणि त्याने भक्तिप्रेम सुखात रंगलेल्या तुकोबांना पाहिले, तर त्याची दृष्टच लागेल व त्या सुखात बाधा येईल; शिवाय न जाणो, त्याने अद्वैत वेदांताचे तत्त्वज्ञान सांगायला सुरुवात केली, तर आपल्याही मनात उगाचच विकल्प निर्माण होईल. अशाने बुद्धी निष्काम व निष्प्रेम होण्यापेक्षा सरळ गाव सोडून वनात म्हणजेच एकांतात गेलेले परवडले. तेथे कोणाचा पायरवसुद्धा नसतो. अहंब्रह्म ही जाणीव उत्पन्न करण्यासाठी तेथे कोणी पंडित येणारच नाही व आपली भक्ती अबाधित राहील.

संत नामदेवांनीही ही खबरदारी घ्यायला सांगितले आहे –
'सुख सांगावे संतांपुढे। जेणे सुख अधिक वाढे।।
आणिक न करावे शहाणे। प्रेम दिठावेल झणे।।'

ज्या सुकुमार गोष्टीला कोणाची 'नजर' लागू नये म्हणून प्रसंगी दूर एकांतवासात जाण्याची तयारी तुकोबा दाखवतात ती इतकी आकर्षक आणि अवीट आहे की तिच्यासाठी परत परत मनुष्य जन्म मागावा आणि मोक्ष आड येत असेल तर तोही तुच्छ मानावा. नाकारावा. 'मोक्षा'चा उल्लेख या ठिकाणी 'मोक्षपदे' असा अनेकवचनी करण्यात आलेला आहे. त्याचे कारण म्हणजे परंपरेने मोक्षाचे चार प्रकार मानलेले आहेत, सलोकता म्हणजे परमेश्वराचे जेथे वास्तव्य असते, त्या वैकुंठ लोकात स्थान मिळणे. समीपता म्हणजे परमेश्वराच्या निकट राहण्याची संधी मिळणे. सरूपता म्हणजे परमेश्वरांसारखे रूप (जसे चतुर्भुज) मिळणे आणि सायुज्जता म्हणजे परब्रह्मस्वरूपच होणे. भक्तिसुखापुढे मोक्षाचे हे सर्व प्रकार तुकोबांना गौण वाटतात. या सर्वांना नाकारून ते एक–दोन नव्हेत, तर अनेक युगांमध्ये जन्म घेण्यास सिद्ध आहेत.

तुकोबा सेवन करत असलेले हे भक्तिसुख हे अवीट म्हणजे न विटणारे, न नासणारे आहे, त्याचे परत परत सेवन करावे इतके ते गोड आहे.

भक्तिसुख सेवन करायचे असेल तर तो सेवन करणारा भक्त एका बाजूला, तसेच ज्याची भक्ती करायची तो देव दुसऱ्या बाजूला असे दोन भागीदार हवेत. देव सगुण साकार रूपात मूर्तिमंत होऊन समोर उपलब्ध असायला हवा. मात्र त्याचे स्वरूप तर मुळात निर्गुण निराकार, तुकोबांना त्याची चिंता वाटत नाही, कारण या निर्गुण निराकार परब्रह्माला सगुण साकार रूपात आणण्याचे सामर्थ्य भक्तांच्या भक्तीमध्ये असल्याची त्यांची खात्री आहे. त्यामुळे ते प्रतिज्ञापूर्वक निश्चयात्मक रीतीने सांगतात, की आम्ही देवाला सगुण साकार व्हायला भाग पाडू आणि तो परत निर्गुणात विलीन होणार नाही अशीही दक्षता घेऊ. ज्या सगुण रूपाचा तुकोबा उल्लेख करतात ते अर्थातच पंढरपुरात विटेवर उभे असलेले विठ्ठलाचे सावळे रूप आहे हे वेगळे सांगायला नकोच. हा ईश्वर मुळात निर्गुण असलेला; पण वैष्णवांनी त्याला हट्टाने सगुण केला आहे.

'आणिला इही रूपा बळे। करुनी खळे हरिदासी।।'

भक्तिभावाच्या बळावर अव्यक्त परमेश्वराला सगुणत्वाला, व्यक्तावस्थेत आणून त्याच्याशी होत असलेल्या व्यवहारात जो रस निर्माण होतो त्याला ब्रह्मरस असेही म्हणता येते.

'ब्रह्मरस करू भोजनपंगती। संतांचे संगती सर्व काळ।। तुका म्हणे पोट धालेचि न धाये। खादलेचि खाये आवडीने।।' ही आवडी तृप्तच होत नाही. *'खादलेचि खावे वाटे। भेटले भेटे आवडीने।।'* असा हा मामला आहे. शिवाय ज्याचे सेवन करत आहोत तो पदार्थही न संपणारा आहे. सर्वश्रेष्ठ परमेश्वराशीच गाठ पडली असल्यामुळे आता कशाचीच काळजी नको. या जन्मात तर ही आवड पूर्ण होणे शक्यच नाही. तेव्हा असेच जन्म यापुढेही मिळावेत अशी आमची प्रार्थना राहील. आता प्रश्न उरतो तो या जन्मात भोगाव्या लागणाऱ्या सुखदु:खांचा व कराव्या लागणाऱ्या कर्मांचा. माणूस त्यातच इतका गुरफटून जातो, की त्याला असे काही सुख भोगण्यासाठी सवड कशी सापडावी व उसंत तरी कशी मिळावी? या प्रश्नाची काळजी तुकोबांना नाही. रस्ता कसा आहे, चढ आहे की उतार आहे, घाट आहे किंवा कसे, खाचखळगे आहेत का इत्यादी प्रश्नांचा विचार ज्यांना स्वत:च्या पायांनी मार्ग चालायचा आहे अशा लोकांसाठी. पण जो पालखीत बसलेला आहे व त्यामुळे ज्याला त्या पालखीचे भोई खांद्यावर वाहत आहेत तो निश्चिंत असतो. आपण किती दूर आलो, कोणते मुक्काम केले याचा विचार करायचे त्याला कारणच नसते. ती जबाबदारी पालखी वाहणाऱ्यांची असते. त्याचप्रमाणे भक्तिप्रेमात दंग झालेल्या खऱ्या भक्तांच्या लौकिक अडीअडचणींची जबाबदारी खुद्द परमेश्वराला उचलावी लागते. तो त्यांच्या ऋणातच असतो. *'मानी भक्तांचे उपकार। ऋणिया म्हणवी निरंतर। केला निर्गुणी आकार। कीर्तिमुखे वाणिता।।'* आई मुलाच्या तहानभुकेची वेळ सांभाळते. ते स्वत: मात्र भान हरपून खेळ खेळण्यात गर्क असते. त्याचप्रमाणे विठ्ठल ही जणू तुकोबांसारख्या भक्ताची आईच होय. या परमात्म्याने भक्तांना *'योगक्षेम् वहाम्यहम्'* असे आश्वासन दिलेले आहे. ते त्याने पाळले नाही तर त्याची अपकीर्ती होईल. त्यामुळे *'भोजनाचे वेळी समजावी बाळा।'* असे त्याला आईप्रमाणे सर्व करावे लागते.

एखादी वस्तू आणि त्या वस्तूचे भाषिक व्यवहारातील नाव यात खरे तर जमीन–अस्मानाचे अंतर असते. वस्तू ही खरोखर अस्तित्वात असलेली लांबी, रुंदी, वजन इत्यादी परिमाणांनी युक्त असा भौतिक पदार्थ असते. तिचे नाव ही केवळ शाब्दिक, लिहिलेली किंवा उच्चारलेली अक्षरे असतात. शब्द उच्चारल्यामुळे वस्तूची अनुभूती येत नसते. अगदी खुद्द तुकोबांनीच दुसऱ्या एका अभंगात म्हटल्याप्रमाणे साखरेचे नाव कागदावर लिहून तो कागद चाटला तर तो गोड लागत नसतो.

परंतु वास्तवात पाहिले तर अनुभव असा येतो, की एखादी वस्तू आणि भाषेमध्ये तिचा वाचक मानला गेलेला शब्द यांच्यातील संबंध त्याच्या वारंवार केल्या जाणाऱ्या उपयोगामुळे एवढा दृढ बनतो, की तो शब्द उच्चारल्याबरोबर ती वस्तू डोळ्यांसमोर उभी राहते. यापूर्वी तिच्या आलेल्या अनुभवांची आठवण जागी होते. त्या अनुभवाचा जणू पुन:प्रत्यय येतो. 'वैष्णव' या शब्दाबाबतचा अनुभव असाच असल्याचे तुकोबा सांगतात. हे सांगताना ते साखरेचाच दृष्टान्त देतात. 'साखर' हा शब्द उच्चारला असता तिच्या गोडीचीही कल्पना आल्याशिवाय राहत नाही. त्याचप्रमाणे 'वैष्णव' हा शब्दच वैष्णवांचा महिमा, त्यांनी प्राप्त केलेली सिद्धी यांची जाणीव करून देतो. या वैष्णवांना भजनाची आत्यंतिक गोडी लागली आहे. इतकेच नव्हे; तर जी अवस्था प्राप्त होण्यासाठी साधक जिवाचे रान करतात तो मोक्ष त्यांना सहजसाध्य असूनही, तो नाकारून जणू आपल्याजवळील गाठोड्यात बांधून ठेवून ते भजन करतात. भजनासाठी देव आणि भक्त यांच्यात भेद राखावा लागतो, शिवाय मानवी देह धारण करावा लागतो. तुकोबा म्हणतात, की या देहाच्या योगेच आम्हाला भक्तिसुख घेता येते. गाता–नाचता येते. देहाचे हे उपकारच मानावे लागतात.

भजनाचे ठीक आहे पण बाबा, भोजनाचे काय? असा प्रश्न कोणीही विचारील. भोजन हा शब्द येथे प्रतीकात्मक अर्थाने घ्यायचा. त्यात एकूण साराच चरितार्थ आला. तुकोबा सांगतात, की आम्हा वैष्णवांच्या प्रपंचाची जबाबदारी स्वत: भगवंतच उचलतो. जसे बाळाच्या तहानभुकेची काळजी त्याची आई घेते, त्याला स्वत:ला काहीच करावे लागत नाही, तसे हे आहे.

तुकोबांनी ज्या भक्तिमार्गाचे अनुसरण केले, त्याचा प्रारंभ ज्ञानेश्वर–नामदेवांच्या काळात झाला. एकनाथांनी त्यात मोलाची भर टाकली, तुकोबा त्याचे कळस झाले व बहिणाबाईंनी त्यावर ध्वजा फडकवली, या इतिहासाची साक्ष पटवणाऱ्या खुणांपैकी एक खूण म्हणजे प्रस्तुतचा अभंग. 'भक्तिसुखालागी। आपणेचि दोही भागी। वाटोनिया अंगी सेवकु बाणें।।' त्याचप्रमाणे 'आपणेविण जे एक। ते तैसेचि सुख साजूक। सप्रेमळांलागी देख। ठेविले जतन।।' अशी भक्ती, प्रेम आणि सुख यांची सांगड ज्ञानोबा माउलींनी घातली होती.

एकनाथांनी 'भक्तिप्रेमेविण ज्ञान नको देवा। अभिमान नित्य नवा तयामाजी।। प्रेमसुख देई प्रेमसुख देई। प्रेमाविण नाही समाधान।।' या शब्दांत भक्तिप्रेम आणि प्रेमसुख अशा संज्ञा वापरल्या. आता तुकोबा 'भक्तिप्रेमसुख' हा शब्दप्रयोग करत सर्व परंपरेचा वैचारिक अर्कच आपल्या हातात देतात. भक्तिप्रेमसुखाचे ज्ञान पंडितांना, वाचकांना व ज्ञान्यांना होत नाही, हा त्यांचा दावा धक्का देणाराच आहे. कारण ही मंडळी त्या–त्या क्षेत्रांमधील गडूच होती. त्यांना हे तुकोबांचे आव्हान आहे. पण, या तिघांचे जाऊ द्या, शेवटी ते शब्दांत गुंतलेले लोक आहेत. आता त्यापलीकडे जाऊन ज्यांनी काही एक अनुभूती मिळवली, विशिष्ट अवस्था प्राप्त केली, त्यांच्याबद्दलही तुकोबा हेच सांगतात. आत्मनिष्ठ (म्हणजे सर्वत्र एकच आत्मसत्ता भरली आहे, असा साक्षात्कार ज्यांना झाला आहे) पारमार्थिकांना जीवन्मुक्ती मिळू शकते; परंतु भक्तिसुखाला ते पारखेच राहतात! प्रत्यक्ष परमात्म्याने कृपा केली तरच त्याचे वर्म समजेल.

तुकोबांनी ज्या ज्ञान्यांचा उल्लेख केला आहे, त्यांचे ज्ञान कोणत्या प्रकारचे याचा खुलासा या अभंगात नाही. त्यासाठी आपल्याला तुकोबांची परंपरा पुढे चालवणाऱ्या बहिणाबाईंचा आधार घ्यावा लागतो. तुकोबांच्या या अभंगाचा अर्थ बहिणाबाईंनी पूर्णतया आत्मसात केला होता व त्याची छाया म्हणता येईल असा स्वतंत्र अभंग त्यांनी रचला. त्यात 'भक्तिप्रेमसुख नेणवे आणिका। पंडित वाचका वैदिकांसी।।' असे पहिले चरण आहे. त्यानुसार हे ज्ञानी वैदिक परंपरेतील असणार हे उघड होते. बहिणाबाईंच्या याच अभंगातील एका अतिरिक्त चरणानुसार ईश्वरी कृपाप्रसादाने भक्तिप्रेमसुखाचा भोग घेणाऱ्यांना आत्मनिष्ठांना मिळणाऱ्या अभेद अवस्थेची प्राप्तीही झालेली असते. तथापि त्यांनी 'अभेदुनी भेद राखियेला अंगी। वाढावया जगी प्रेमसुख।'

सर्वशक्तिमान ईश्वरी सत्तेच्या जवळ जावे, तिला प्रसन्न करावे, तिची कृपा संपादन करावी, असे सर्वच आस्तिकांना वाटत असणार हे उघड आहे. त्यासाठी त्या ईश्वराच्या पूजा–प्रार्थनेच्या रीती व पद्धती सर्वच धर्म सांगतात. आपल्याकडे तर ईश्वराला तुष्ट–संतुष्ट करण्यासाठी त्याची पूजा करावी असे सांगितले गेले. पूजा यथासांग झाल्यावर त्याला पक्कान्नांचा नैवेद्य दाखवण्यात येतो. आता हे सर्व विधी थाटामाटाने यथासांग पार पाडणे सर्वसामान्य गरीब, निर्धन माणसाला शक्य नसते. प्रसंगी आपल्या पोटाला चिमटा घेऊन, कर्ज काढून आपल्या एखाद्या व्रताचे उद्यापन करावे. त्यात विशिष्ट प्रकारे खाद्यपदार्थांची पाकसिद्धी करून देवाला नैवेद्य दाखवावा व तसाच प्रसाद आप्तस्वकियांना, इष्टमित्रांना घावा असाही प्रकार घडताना दिसून येतो. तुकोबा सांगतात, की याची काही गरज नाही. देव दीनदुबळ्यांचा सोयरा आहे. त्यांच्यावर भार पडेल, त्यांना त्रास होईल अशा प्रकारची अपेक्षा तो त्याच्या गरीब भक्तांपासून कधीच करणार नाही. भक्तांनी आपल्यासाठी मुद्दाम मिष्टान्नाचा म्हणजे गोड पक्कान्नांचा बेत करावा असा आग्रह तो कसा धरील? त्यालाही 'गोड' आवडते; पण तो अंतरीची गोडी घेतो, मेवामिठाईची नाही. त्याला वस्तूंपेक्षा भावाची आवड आहे. अशी भावपूर्ण भक्ती असेल, तर भक्ताने त्याला उंची वस्त्रांनी नटवावे, दागदागिन्यांनी सजवावे याची काहीच आवश्यकता नाही. उलट अशा भक्तांना तो स्वतःच आपल्या जवळील वैभवाने शृंगारतो. मातापित्यांनी मुलाचे करावे तसे त्यांचे कौतुक करतो.

देव भक्तांकडून पक्कान्नांची वस्त्रप्रावरणांची वा अलंकारांची अपेक्षा करतो असे समजणे म्हणजे त्याला दरिद्री ठरवण्यासारखे आहे. त्याला अपेक्षा असते ती अंतरातील भावाची. *'देव भावाचा भुकेला। हाचि दुष्काळ तयाला।।'* असा भाव ठेवून भक्ताने देऊ केलेली भाजीभाकरी त्याला अधिक आवडते. संत नामदेवांच्या संदर्भात त्यांनी आणलेला नैवेद्य पांडुरंगाने खरोखरच ग्रहण केला अशी कथा प्रचलित आहे. 'नाम्यासवे जेवी नव्हे संकोचित' त्याचप्रमाणे 'भक्षी पोहे प्रीती। सुदाम्याचे.' अशी तुकोबांचीच साक्ष आहे.

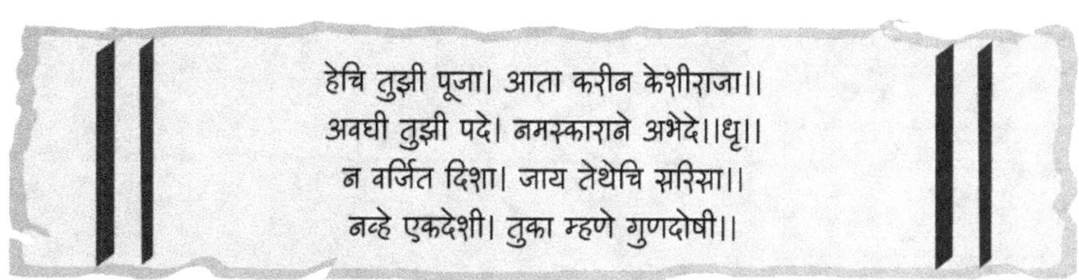

ईश्वराची पूजा सर्वच करतात. पण तुकोबा ईश्वराच्या पूजेच्या एका वेगळ्याच रूपाचे दर्शन प्रस्तुत अभंगातून घडवतात. सर्व प्राणिमात्रांना ईश्वरानेच निर्माण केले आहे, नव्हे ती ईश्वराचीच रूपे आहेत. असा उपदेश साधुसंतांनी केलेला आहेच. त्याचा उल्लेख तुकोबा *'जनी जनार्दन। संत बोलती वचन।।'* या वचनातून करतात. त्यातूनच अलीकडच्या काळात 'जनताजनार्दन' हा शब्दप्रयोग रूढ झाला. आता अशा प्रकारे जन हेच जनार्दन असतील तर जनार्दनाप्रमाणे त्यांचीही पूजा करायला हवी. तुकोबा त्यासाठी सिद्धच आहेत. ईश्वराला जसे वंदन करतो तसेच 'एकमेकांच्या पायी' लागण्याची प्रथा महाराष्ट्रातील भक्तिपरंपरेने जपली ती याच भावनेतून. *'वंदीन मी भुते। आता अवधीच समस्ते।। तुमची करीन भावना। पदोपदी नारायणा।।'* ही यामागची भूमिका आहे. प्रस्तुत अभंगातूनही ते अशाच प्रकारची ग्वाही देवाला देत आहेत. सामान्यपणे आपण इतरांकडे बघताना त्यांच्या गुणदोषांचा विचार करतो. गुणी माणसांच्या गुणांचा आपल्यालाही काही फायदा होण्याची शक्यता असल्यामुळे त्यांचा मानसन्मान करतो. परंतु दोषी लोकांचा उपसर्ग नको असल्याने त्यांना चार हात दूर ठेवण्याकडेच आपला कल असतो. पण तुकोबा तर *'देव झाले अवघे जन। दोषगुण हरपले।।'* अशा उच्च आध्यात्मिक दशेला पोहोचले. जन आणि जनार्दन यांच्यातील अभेदाचा त्यांना साक्षात्कार झाला. *'जेथे देखे। तेथे तुझीच पाउले। विश्व अवघे कोंदाटले। रूप गुण नाम अवघा मेघ:श्याम। वेगळे ते काय उरले। जाता लोटांगणी अवधीच मेदिनी। जाता तीर्थरूप बावी नदी कूप। अवघे गंगाजळ जाले। महाल मंदिरे माड्या तनघरे। झोपड्या अवधी देव देवाइले।'* अशा अत्युच्च अद्वैतानुभूतीपर्यंत त्यांचा प्रवास झाला. *'भक्ती ते नमावे जीव जंतुभूत। शांतऊनी ऊत कामक्रोध'* हे भक्तीचे रूप त्यांच्या ठिकाणी प्रकट झाले. आपला आत्मा परमात्माच असल्याची त्यांची जाणीव सेवाभक्तीच संपुष्टात आणणारी नसून सर्वच आत्मे परमात्मरूप असल्याच्या भावनेतून तिचा विस्तार करणारी ठरली.

संत देवासमान असल्याचे संत तुकोबांचे मत होते. *'देव ते संत देव ते संत। निमित्त त्या प्रतिमा।।'* असे त्यांचे वचन प्रसिद्धच आहे.

संत देवच असल्यामुळे देवांप्रमाणे तेही पूजनीयच आहेत हे ओघाने आलेच. परंतु तुकोबा तेथेच थांबत नाहीत. त्याहीपुढे जाऊन ते स्पष्ट करतात, की तुम्ही देवपूजा करत असता संत तुमच्या घरी आले तर देवपूजा यथासांग पूर्ण होईपर्यंत त्यांना थांबायला सांगू नका. देव बाजूला ठेवा व त्या संतांची पूजा करा! विशेष म्हणजे हे संत कोणत्या जातीचे आहेत यामुळे काही फरक पडत नाही. जितका मान उच्चवर्णीय संतांना तितकाच मान तथाकथित खालच्या जातीच्या संतांनाही द्यायला हवा. संत कोणत्याही जातीचे असले तरी ते भगवान विष्णूच्या शाळिग्राम, म्हणजेच स्वयंभू मूर्ती मानाव्यात व त्यांची त्याच पूज्य भावनेने पूजा करावी. ज्ञानेश्वर ज्यांना 'ईश्वरनिष्ठांची मांदियाळी' म्हणतात, त्यांनाच तुकोबा वैष्णवांची मांदी म्हणतात. वैष्णवांची मांदियाळी सतत भेटत राहो, असे पसायदान ज्ञानेश्वरांनी मागितले होतेच. आता योगायोगाने असे वैष्णव संत तुम्ही देवपूजा करत असताना तुमच्याकडे आले तर ते धर्मसंकट मानायचे कारण नाही. देवपूजा थांबवून त्यांचे आतिथ्य कसे करायचे असा पेच पडू द्यायचेही काही कारण नाही. ती अडचण नसून, आपल्या देवपूजेला आलेले फळच मानावे व त्यांचा आदरसत्कार करावा.

आपल्या या मतविषयी तुकोबा निःशंक आहेत. एके ठिकाणी तर त्यांनी असे म्हटले आहे की संत तुमच्या पुढ्यात असताना केलेली देवपूजा ही खुद्द देवालाच आवडणार नाही. मंत्रपुष्पांजली हा देवपूजेतील एक महत्त्वाचा विधी आहे. त्यानुसार वाहिलेली फुले देवाला दगडांच्या वर्षावासारखी वाटतील. याहीपुढे जाऊन सांगायचे म्हणजे संत देवालासुद्धा पूज्य आहेत. ज्ञानेश्वरांचा आधार घेऊन संतांबद्दलचे देवाचे मत स्पष्ट करायचे म्हटले तर *'म्हणोनिया नमस्कारू। तयाते माथा मुकुट करू। तयाची टाच धरू। हृदयी आम्ही।।'* *'तो पाहावा हे डोहळे। म्हणोनि अचक्षूसी मज डोळे। हातीचे नि लीलाकमळे। पुजू तयाते।।'*

भाषा ही तिच्या घटक अक्षरांपासून बनते. हे वेगळे सांगायची गरज नाही. या मूळ अक्षरांना वर्णमाला असे म्हणतात. संस्कृत भाषेची अशी बावन्न अक्षरे प्रसिद्ध आहेत. त्यांचा उच्चार होतो तेव्हा ते ध्वनी असतात. ती लिहिली जातात तेव्हा ध्वनीप्रमाणे आकाशात विरून विलीन न होता 'कायम' म्हणजेच 'अक्षर' होतात. त्यांना 'मातृका' असेही म्हटले जाते. ध्वनिविज्ञान आणि लिपीविज्ञान अशा दोन शाखा त्यांचा अभ्यास करतात.

'अ', 'ऊ' आणि 'म' या अक्षरांपासून तयार झालेल्या 'ॐ' या अक्षराला भारतीय अध्यात्म परंपरेतही महत्त्वाचे स्थान आहे. त्याला काही एक गूढ वलयसुद्धा लाभले आहे. वेदपठण हरिॐ या शब्दप्रयोगाने सुरू करण्याचा संकेत आहे. अनेक पठण-पारायणांचा समारोपही 'ॐ तत् सत्'ने करण्यात येतो. दानादी धार्मिक कृत्यांमध्येही त्याला स्थान असते. लोकमान्य टिळकांनी तुरुंगातून सुटल्यानंतर केसरीच्या संपादकपदाची धुरा परत पत्करली तेव्हा लिहिलेल्या अग्रलेखाचे शीर्षकच 'पुनश्च हरि ओम' असे होते.

प्रस्तुत अभंगामधून तुकोबा हरिॐ हे एकूणच वेदवाङ्मयाचे प्रतीक आहे असे सांगतात. 'ॐ तत्सत्' ते सूत्रांचे सार मानतात. त्यामागची भूमिका समजून घ्यायला हवी. वेद चार आहेत व त्यात सुरुवातीला कर्मकांडाचे विवरण करणारा भाग येतो. पुढे त्याला गौणत्व प्राप्त होऊन उपनिषदांना म्हणजेच वेदान्ताला महत्त्व प्राप्त झाले. या भागात ब्रह्माचे वर्णन करणारी वाक्ये असल्यामुळे त्यांनाच ब्रह्मसूत्रे किंवा सूत्रे म्हणण्याचा प्रघात पडला. 'भगवद्गीतेत' ब्रह्मसूत्र हा शब्द याच अर्थाने आला असल्याचे शंकराचार्य सांगतात. (वेदान्ताचे म्हणजेच उपनिषदांचे सूत्रात्मक सार सांगणारा बादरायणांच्या ग्रंथालाही ब्रह्मसूत्रच म्हणतात, तो वेगळा.) याच भागाला महत्त्व देऊन तुकोबा सांगतात, की त्यात परमात्मा पांडुरंग हा कृपासागर असल्याचे प्रतिपादन करण्यात आले आहे. तेच वेदांचे सार आहे. वेदमंत्रांचे पठण करताना उदात्त, अनुदात्त आणि स्वरीत या तीन प्रकारच्या स्वरांचा उपयोग केला जातो. त्याचाही उल्लेख तुकोबा करतात. वेदांचे पारंपरिक अभ्यासक गोब्राह्मणांचे हित हेच वेदांचे तात्पर्य असल्याचे सांगून त्याला संकुचित करतात. त्या प्रवृत्तीवर बोट ठेवून तुकोबा सांगतात, की वेदांचे मूळ प्रतिपादन यापेक्षा वेगळे आहे. उपनिषदे ही मुख्यत्वे ज्ञानकांडाचे प्रतिपादन करतात असे मानले जाते. तुकोबा त्यातील ॐकारयुक्त उपासनेचे महत्त्व अधोरेखित करतात.

वेदांसारख्या धर्मग्रंथांचे वैशिष्ट्य म्हणजे ते फक्त पारलौकिक व्यवहारांचे नियमन करून थांबत नाहीत. लौकिक व पारलौकिक व्यवहार यांना एकमेकांपासून वेगळे करता येत नाही अशी त्यांची भूमिका असते. त्यामुळे ते ऐहिक व्यवहारांनाही आपल्या कक्षेत आणण्याचा प्रयत्न करतात. अलीकडील काळात पुढे आलेल्या 'सेक्युलॅरिझम'ने यापेक्षा वेगळी भूमिका घेतलेली दिसते; परंतु तरीही इस्लामसारखे धर्म अद्यापही ऐहिक लौकिकाचे लक्षणीयरीत्या नियंत्रण करताना दिसून येतात.

तुकोबांचा काळ सेक्युलॅरिझमचा नव्हता हे वेगळे सांगायला नकोच. त्यामुळे त्यांना वेदप्रामाण्य मानणाऱ्या धर्मशास्त्राच्या चौकटीतच वावरावे लागले. प्रस्तुत अभंगात त्यांनी ऋग्वेदातील पुरुषसूक्ताचा निर्देश केलेला आहे. पुरुषाच्या अंगापासून चार वर्णांची उत्पत्ती झाली व त्यांना वेगवेगळी कामे वाटून देण्यात आली असे सांगण्यात येते. ब्राह्मण, क्षत्रिय, वैश्य आणि शूद्र हे ते चार वर्ण असून त्यांना अनुक्रमे ज्ञान, संरक्षण, व्यापार कृषी व सेवाशुश्रूषा ही कामे वाटून दिली गेली. ही फक्त श्रमविभागणी असेल आणि तीही गुणकर्मानुसार म्हणजे पात्रतेप्रमाणे करण्यात आलेली असेल तर ते समजून घेण्यासारखे आहे; परंतु ती व्यवस्था एकतर जन्माधिष्ठित करणे व या वर्णांत उच्चनीचता मानणे चुकीचे होते. दुर्दैवाने तसे झाले. तुकोबा वेदांच्याच आधारे या प्रवृत्तीवर टीका करतात. *'खैर चंदनादि काष्ठे। ही विवंचना तवचि घटे। जव न घापती एकवटे। अग्निमाजी।। तैसे क्षत्री वैश्य स्त्रिया। का शूद्र अंत्यादि इया। जाती तवचि वेगळालिया। जव न पावती माते।।'* असे ज्ञानेश्वरांनी आधीच सांगून ठेवले होते. त्याच सुरात सूर मिळवून तुकोबा सांगतात, की आंबा, बोर, वड, बाभूळ, चंदन हे वेगवेगळे वृक्ष खरे; पण अग्नी पेटवला तर त्यांचे वेगळेपण संपुष्टात येऊन ते सर्व अग्निरूप होतात. त्याचप्रमाणे भक्तीमुळे ईश्वराचा स्पर्श झाला म्हणजे वर्णजातींनी उभारलेल्या भिंती कोसळून पडतात. समान आत्मतत्त्वाकडे लक्ष जाते. भेदाभेद भ्रामक ठरतात. *'विष्णुमय जग वैष्णवांचा धर्म। भेदाभेद भ्रम अमंगल।।'* अशी अवस्था होते. पुरुषसूक्तानुसार हा आद्यपुरुष पायांनी शूद्र झाला. (पद्भ्याम् शूद्रोऽजायत) धर्मशास्त्रानुसार स्वतःला शूद्र मानून तुकोबा म्हणतात, की मी एकाच पावलात मुक्काम गाठला. सुरुवात, मध्य व शेवट एकत्र केले!

कोणताही धर्म अलौकिक ज्ञान देऊ शकणाऱ्या प्रमाण ग्रंथावर आधारित असतो. जसे ख्रिस्ती धर्माचे बायबल किंवा मुसलमानांचे कुराण. हिंदू धर्म हा वेदांच्या प्रमाणावर आधारित आहे म्हणून तर त्याचे मूळ नाव वैदिक धर्म असे होते. जोपर्यंत शास्त्र आणि पुराणे वेदांना धरून किंवा वेदांशी सुसंगत असे विवेचन करतात तोपर्यंत त्यांनाही प्रमाण मानले जाते. वेदांना डावलून सांगितलेल्या गोष्टी लोकांना रुचत नाहीत. वेदबाह्य सांगणाऱ्यांची संभावना 'पाखंडी' अशी केली जाई. तुकोबांनासुद्धा *'वेदशास्त्र नाही पुराण प्रमाण। तयाचे वदन नावलोका।।'* असे म्हणावे लागते.

वेदांना इतके महत्त्व देऊन धर्माच्या व अध्यात्माच्या क्षेत्रात विचारांना मर्यादा घालणाऱ्या हिंदू धर्माने वेदांचा अन्वयार्थ लावण्यास मात्र भरपूर मोकळीक दिली आहे. त्यामुळे तुम्ही बुद्धिकौशल्याचा वापर करून तुम्हाला अभिप्रेत असा धर्मग्रंथाचा अन्वयार्थ लावू शकता! इतकेच नव्हे; तर वेदासारख्या ग्रंथामधील एखादा विशिष्ट भाग हाच त्यातील मुख्य अर्थ वा तात्पर्यसंदेश असून उर्वरित भाग अर्थवादात्मक गौण किंवा दुय्यम आहे, त्याला तितके महत्त्व द्यायचे कारण नाही असा पवित्रा घेऊ शकता. त्यानुसार सुरुवातीच्या काळात वेदांमधील यज्ञयागप्रधान कर्मकांडावर भर देण्यात येऊन वेदांचा अर्थ कर्मपर लावण्यात आला. नंतर वेदांच्या ज्ञानात्मक अंतिम – उपनिषदांच्या भागावर म्हणजेच वेदांतावर भर देण्यात येऊन त्याचे तात्पर्य ज्ञानपर काढण्यात आले. संतांनी वेदांमधील उपासनेच्या वा भक्तीच्या भागावर भर देऊन तसा अर्थ काढण्याचा उपक्रम केला.

वेदांमध्ये खूप काही विवेचन आढळत असले तरी परमात्म्याला अनन्यभावाने शरण जाऊन त्याचे नामस्मरण करावे हाच त्याचा तात्पर्यार्थ असल्याचे तुकोबांनी प्रस्तुत अभंगामधून सांगितले आहे. सहा शास्त्रे व अठरा पुराणे वेदांच्याच चौकटीत वावरत असल्यामुळे त्यांचेही तेच तात्पर्य असल्याचे तुकोबा निदर्शनास आणतात.

परंपरेपासून फटकून न राहता तिच्यात आपल्याला हवे असणारे परिवर्तन घडवून आणण्याचे संतांचे धोरण होते. तसे केले नाही तर अशा निराधार परिवर्तनवाद्यांना बहिष्कृत करून एकटे पाडण्याचे सामर्थ्य परंपरेत होते, हे विसरता कामा नये.

विशिष्ट वर्णाचा शिक्का बसल्यामुळे वेदांचा अधिकारच नसलेले तुकोबा श्रेष्ठ वर्णाच्या मान्यवरांना वेदविहित कर्माचा उपदेश करतात हे पाहिल्यावर त्यांना पहिल्यांदा विचारणा झाली असणार, की तुम्हास जर वेद मुळात ऐकायलाच मिळालेच नसतील तर त्यात काय सांगितले आहे हे तुम्ही कशाच्या आधारावर सांगता? अधिकाराचा अतिक्रम हा गुन्हा पुन्हा वेगळाच. त्यावर तुकोबांनी दिलेले हे उत्तर चकित करणारे आहे. ते म्हणतात, वेदांचा खरा अर्थ आम्हालाच ठाऊक आहे. वेदांची घोकंपट्टी करून ते अर्थाशिवाय पाठ करणाऱ्या तुमच्यासारख्यांना नाही. तुम्ही फक्त मजुरासारखे डोक्यावर वेदांमधील शब्दांचे ओझे वाहता.

तुमची अवस्था एखादे गोड पक्वान्न फक्त पाहू शकणाऱ्यासारखी आहे. खाऊ शकणाऱ्याची नाही. वेदांमध्ये – विशेषतः वेदान्तामध्ये प्रतिपाद्य अशी जी ब्रह्मवस्तू आहे, तिचा आम्ही साक्षात अनुभव घेत असतो. तुमची मर्यादा केवळ शब्दपांडित्याची. वेदान्त म्हणजेच उपनिषदांचा विषय असलेल्या परब्रह्माचे लक्षण किंवा व्याख्या 'जन्माद्यस्य यतः' अशी ब्रह्मसूत्रकार आचार्य बादरायण यांनी केलेली आहे. ज्याच्यापासून याची म्हणजे या जगताची उत्पत्ती वगैरे आहे ते. या वगैरेमध्ये स्थिती आणि लय यांचा समावेश होतो, असे शंकराचार्यादी भाष्यकारांनी स्पष्ट केले आहे. तोच अभिप्राय मनात ठेवून तुकोबा सांगतात, की विश्वाची उत्पत्ती, स्थिती आणि लय यांना कारणीभूत असलेली ब्रह्म नावाची निजवस्तू – म्हणजेच बीज आमच्या हातात आहे. वेदांची प्रतिपाद्य वस्तूच आमच्याकडे आहे. ही निजवस्तू हाच खरा वेदांचा अर्थ. तुमच्याकडे या वस्तूचे वर्णन करणारे शब्द मात्र आहेत. त्या शब्दांचा संदर्भ आम्ही जाणतो.

या संदर्भाशिवाय, म्हणजेच वेदज्ञानाच्या फलाशिवाय केलेल्या पाठांतराविषयी तुकोबा प्रश्न उपस्थित करतात. *'अर्थेविण पाठांतर कासया करावे? व्यर्थचि मरावे घोकुनिया।।'*

तुकोबांसारखी संत माणसे कशी आपल्या ईशचिंतनात मग्न असणार. बाह्य जगात कोण कोणाशी कसा व्यवहार करत आहे, याच्याशी त्यांना काही घेणे–देणे नसणार, कारण कोणताही लौकिक व्यवहार ईशसाधनेत अडथळाच आणणार, असा एखाद्याचा समज असू शकतो व सर्वसाधारणपणे साधनामार्गातील किंवा परमार्थ करणाऱ्या लोकांची अशीच मनोभूमिका असते. मात्र, तुकोबांच्या बाबतीत त्यांचा अंदाज नक्कीच चुकणार. तुकोबांचे असे म्हणणे आहे, की तुमचे – ईश्वराचे जे काही नाते असेल त्याचा परिणाम तुमच्या इतरांशी असलेल्या नात्यांवर झाल्याशिवाय राहणार नाही. या अभंगातून या नात्यांचा संबंध स्पष्टपणे दिसून येतो.

एकदा 'विश्वंभर' शब्दाच्या अर्थाप्रमाणे देव चराचरांत व्यापलेला आहे व सर्व भूतमात्र त्याचीच रूपे आहेत हे मान्य केले, की आपण इतरांना काही इजा करु नये हे ओघाने आलेच; परंतु दुसऱ्या एखाद्याने तिसऱ्याला दुःख दिले तर? एक तर आपण तटस्थ राहू – दुःख देणे तसेच चालू राहू देऊ. किंवा तटस्थ राहायचे नाही असे ठरवले तर मग आपण काय करणार? दुःख देणाऱ्याला मदत करणार, की त्याचा प्रतिकार करून त्याला थांबवणार? दुःख देणारा हाही विश्वंभराचे रूप आहे असे म्हणून त्याला मदत करणार की दुःख सहन करणाऱ्याला विश्वंभराचे रूप मानून त्याचे दुःख निवारण करणार?

तुकोबांना कोणाचेही दुःख सहन होत नाही व ते अशी पीडा देणाऱ्याला आपला शत्रू समजून त्याचा प्रतिकार करायला प्रवृत्त होतात. अशा व्यक्तीला ते जबरदस्तीने दूर ठेवतात, त्याचा त्याग करतात, त्याला हाकलून देतात, त्याचे तोंडही पाहत नाहीत. कोणत्याही प्रकारचा अनाचार किंवा दुर्गुण त्यांना सहन होत नाही. खरे तर देवाशी विन्मुख असलेली माणसेच दुसऱ्यांना त्रास द्यायचे धाडस करतात. अशा लोकांना अंतरावर ठेवणे, त्यांना वाळीत टाकणे तुकोबा पसंत करतात. तुकोबांचा परमार्थ हा अशा प्रकारे क्रियाशील व सामाजिक भान ठेवणारा आहे, निष्क्रिय अलिप्तता त्यात बसत नाही.

धर्मशास्त्राप्रमाणे आपणास वेदांचा अधिकार नाही आणि आपण तर वेदांमधीलच नव्हे, तर वेदांच्याही पलीकडचे विचार सांगत आहोत याची जाणीव तुकोबांना अर्थातच होती. याबद्दल सनातनी कर्मठ शंकाकुशंकांचे काहूर माजवणार हेही स्पष्ट होते. तुमच्या अभंगांमधून वेदांचा अर्थ व्यक्त होतो हा धर्मशास्त्राच्या दृष्टीने अपराधच असल्याचे तुकोबांना सांगण्यात आले व हे तुम्ही कसे करु शकता अशी विचारणाही झाली. त्यावर तुकोबा वेदपाठकांनी, यज्ञाच्या याजकांनी वेदांचे पठण करताना ते आमच्या कानी पडू नयेत असा नियम केलेला आम्हाला ठाऊक असल्याचे सांगतात, वेद आमच्यावर रुसला अशी अलंकारिक अभिव्यक्तीही करतात; पण त्याची त्यांना खंत नाही व त्यामुळे काही नुकसान झाले असेही त्यांना वाटत नाही. तुमचा वेद तुमच्याकडेच राहू द्या! तो तुमचा तुम्हाला लखलाभ होवो! आम्ही वेदाच्या साक्षात बापालाच आमच्या कंठात धारण केले आहे, त्यामुळे अधिकाराच्या अभावी आम्हांस वेदांचे श्रवणपठण घडले नसले तरी बिघडत नाही.

वेदांचा अधिकार नसतानाही अभंगांमधून वेदांचा आशय कसा प्रकट होतो याचे हे तुकोबांनी केलेले स्पष्टीकरण आहे. ज्या परमेश्वराने ऋषींकरवी वेदांचे प्रकटीकरण केले, तोच परमात्मा माझ्या कंठात आहे. म्हणजे मी जे बोलतो, ते त्याचेच शब्द आहेत, मी निमित्तमात्र असे माध्यम आहे. ज्याने ऋषींकरवी वेद बोलवले, तोच माझ्याकडून अभंग वदवत आहे, त्यामुळे वेदांचे मंत्र व माझे अभंग यांच्या अर्थात साम्य असणारच. माझ्या अभंगांतून व्यक्त होणारा वेदार्थ हा वेदांच्या निरपेक्ष आहे.

तुकोबांनी येथे एक महत्त्वाचा मुद्दा मांडला आहे. अर्थ हा अमुक एका विशिष्ट भाषेतच व्यक्त झाला तरच पवित्र व वंद्य असे नाही; महत्त्व आशयाला आहे. संस्कृतातील आशय मराठीतही सांगता येतो व तेथेही तो तितकाच पवित्र व वंद्य राहतो आणि ती भाषासुद्धा तशीच होते. आणखी पुढे जाऊन ज्ञानेश्वरांना अनुसरून तुकोबा वेद हा परमात्म्याचा झोपेतील निःश्वास असल्याचे निदर्शनास आणतात. गीता हा त्याचा जागृतीतील उपदेश आहे, तसेच आमचे अभंग!

ॐ हा शब्द परमात्म्याचा वाचक असल्याचे मानले जाते. 'अ', 'उ' आणि 'म' या अक्षरांपासून सिद्ध झालेले हे महाअक्षर म्हणू या. ज्ञानेश्वरमाउली आपल्या अभंगात सांगतात, *'अकार उकार मकार करिती हा विचार। विठ्ठलस्वरूप अपरंपार न कळे तया।। संतांच्या संगती प्रेमाच्या कल्लोळा। आनंदे गोपाळांमाजी खेळे।।'* ज्ञानेश्वरोक्तीतील आशय हा आपला अनुभव असल्याचे तुकोबा सांगतात. वेदांनी ज्या परमात्म्याचे गुणगान केले, त्याची आम्हाला प्रत्यक्ष संगती घडते. *'वेदश्रुती नेणारे सांगाती आमुच्या कान्हा रे।।'* हे कशाच्या बळाने शक्य झाले तर नामस्मरणामुळे. त्याचे नाव कंठात असले म्हणजे तो हृदयात सामावतो. तो विश्वव्यापक आहे. विश्वाला पुरून – व्यापून उरणारा आहे. अनंत ब्रह्मांडे त्याच्यात सामावली आहेत; पण त्याच्याकडे अणूपेक्षाही सूक्ष्म होण्याचे सामर्थ्य आहे, त्यामुळे तो पोटात मावेल यात शंका नाही. *'एवढा प्रभू भावे। तेणे संपुष्टी राहावे।।'*

एरवी ॐच्या नामजपाचे महत्त्व कितीही वर्णिले गेले असले, तरी ज्ञानोबांपासूनच्या संतपरंपरेने त्याच्याही मर्यादा सांगितलेल्या आहेत. त्याच्यापेक्षाही श्रेष्ठ असे नाम आमच्याकडे आहे. *'नामा म्हणे नाम ओंकाराचे मूळ। ब्रह्म ते केवळ रामनाम।।'* या संतवचनालाच अनुसरून तुकोबा ॐकाराचेही निजबीज आमच्या हाती असल्याची ग्वाही देतात.

तुकोबादी संतांचे वैशिष्ट्य म्हणजे ते आपल्याला सापडलेले नामरहस्य आपल्यापुरते ठेवत नाहीत. *'अवघियापुरते ओसंडले पात्र। अधिकार सर्वत्र आहे येथे।।'* असे म्हणत ते *'हाकारोनि सांगे तुका। नाम घेता राहो नका,'* अशा हाका मारत हा नामसंदेश लोकांपर्यंत पोचवतात. आता खरे तर चेंडू लोकांच्याच 'कोर्टात' आहे. *'निजबीजा येथे तुका अधिकारी। पाहिजे ते जरी तये वेळी।।'*

ज्यांना अवघड साधना पेलवत नाही अशा भोळ्याभाबड्या साधकांसाठी सांगितलेला नामस्मरण हा मार्ग असल्याची एक समजूत आहे, तिच्यात तथ्य नाही असे नाही; पण त्याचा अर्थ ते कनिष्ठ दर्जाचे साधन आहे असा मात्र नाही. *'तत्त्वमस्यादि महावाक्य उपदेश। नामाचा अर्धांश नाही तेथे।।'* हे ज्ञानदेवांचे वचन पक्के लक्षात ठेवावे.

परमार्थ मार्गातील इतर साधकांना काय करायचे ते करू द्या. आम्ही त्यांच्या वाटेला जाणार नाही. आमचा मार्ग निश्चित झालेला आहे, अशी ग्वाही तुकोबा या अभंगामधून देतात. काही मार्गांचा उदाहरण म्हणून उल्लेखही करतात. काही साधक कठोर तपश्चर्या करतात. काही आपल्याभोवती धुनी पेटवून ती उष्णता सहन करतात. कोणी आत्मस्थितीची म्हणजे जीव-ब्रह्मऐक्याची अवस्था गाठतात, तर कोणासाठी मोक्ष हे सर्वोत्तम ध्येय असते. तुकोबा सांगतात की हे सर्व छंद आम्हा हरिदासांसाठी योग्य नव्हेत. आम्ही आपले गातनाचत पंढरीला जाणार *'कोणाच्याही न पडो छंदा। गोविंदासी आळवू।।'*

तुकोबा हे एकनिष्ठ वारकरी होते. त्यांच्यासारखेच एकनाथ महाराजही. त्यांनीही असाच निर्धार व्यक्त केला आहे. *'न वजो योगाचिया वाटा। न चढो आगमनिगम ताठा।। कर्मे करोनी नव्हो कर्मठा। निष्कर्माच्या न लगो झटा।। न करू दुस्तर ती तपे। न पढो अध्यात्म खरपे।।'* हे सर्व प्रस्थापित मार्ग नाकारण्याइतका तुमच्याजवळ असा कोणता पर्याय आहे. यावर नाथ सांगतात, *'विठ्ठल उघडा विराजित। सबाह्याभ्यंतर नांदत।।'*

विशेषत: आत्मस्थिती आणि मुक्ती या गोष्टी नाकारणे ही काही सोपी गोष्ट नव्हे. *'आत्मस्थिती मज नको हा विचार। देई निरंतर चरणसेवा।।'* हे तुकोबांचे ईश्वरापुढे आग्रहाचे मागणे आहे, तसेच मोक्षाचेही. *'मोक्ष तुमचा देवा। तुम्ही दुर्लभ तो ठेवा।। मनी भक्तीची आवडी। हेवा व्हावी ऐसी जोडी।।'*

ज्ञानेश्वर, नामदेव, एकनाथ, तुकाराम या संतांना एकाच परंपरेतील मानले जाते, हा अपघात नव्हे, या संतांच्या विवेचनात विलक्षण सातत्य व संगती आहे. आपण एकाच परंपरेतील आहोत, याचे भान त्यांनाही होते. हा एकजिनसीपणा अन्यत्र क्वचितच आढळेल. इतर साधक, ज्ञानी साधक वा सिद्ध काय म्हणतील, कदाचित आपण भजन करत वाटचाल करताना नाचत जातो म्हणून ते हसत असतील, कुचेष्टाही करत असतील; पण त्याची त्यांनी पर्वा केली नाही. हा आनंद त्यांना आत्मस्थितीतील आनंदापेक्षा श्रेष्ठ वाटत होता

ज्या वैष्णवांच्या कीर्तीबद्दल व महत्त्वाबद्दल तुकोबा एवढे निःशंक आहेत, त्यांच्याविषयी व त्यांच्या धर्माविषयी निरूपण करायला ते कधीच कंटाळत नाहीत. प्रस्तुतच्या प्रसिद्ध अभंगातून त्यांनी भागवतधर्मीय भक्तांना म्हणजे खरे तर वैष्णवांनाच त्यांच्या धर्माचे स्वरूप समजावून सांगितले आहे. हे विवेचन ऐकून त्यांनी आपले खरेखुरे हित साधावे, असेही तुकोबा सुचवतात.

सर्व विश्वच विष्णुमय असल्याची जाणीव हे वैष्णव धर्माचे मुख्य लक्षण होय. या जाणिवेचा परिणाम म्हणजे कोणत्याही प्रकारचा भेदभाव वैष्णवांना केवळ अमंगळच नव्हे, तर भ्रामक वाटतो. मानव आणि ईश्वर, त्याचप्रमाणे मानव आणि मानव यांच्यामधील संबंधांची ही खरे तर चर्चा आहे. ईश्वर हा जणू या विश्वाचा आत्मा आहे. *'बोलोनिया काय दाऊ। तुम्ही जीवु जगाचे।।'* त्याला 'जगजीवन' असे एक नाव आहे, त्याचाही अर्थ हाच. हा ईश्वररूपी जीव ज्या देहात राहतो, त्याला विश्व म्हणूयात. ईश्वराच्या या विस्तीर्ण देहाचे आपण सारी माणसे जणू अवयव आहोत. देहाच्या कोणत्याही अवयवास दुखापत झाली, तर त्याची वेदना जिवाला होते. हा आपणा सर्वंच देहधारी मानवांचा नित्याचा अनुभव आहे. अवयवांना होणारे सुखदुःख संपूर्ण देहाचे व पर्यायाने जिवाचे असते. अशा प्रकारचा जैविक संबंध (Organic Relation) हीच देहधाऱ्याच्या अस्तित्वाची खूण आहे. साहजिक ज्याला हा संबंध माहीत आहे, तो दुसऱ्याला दुःख देणारच नाही. दुसऱ्याचा द्वेषही करणार नाही. दुसऱ्याला दुःख देणे म्हणजे परमेश्वररूपी जिवाला दुःख देणे, दुसऱ्याचा द्वेष करणे म्हणजे परमेश्वररूपी जिवाचा द्वेष करणे होय. पर्यायाने दुसऱ्याची सेवा करणे, त्याला आनंद देणे म्हणजे परमेश्वराची सेवा. 'जनसेवा हीच ईश्वरसेवा' या ब्रीदवाक्याचा अन्वयार्थ हाच आहे. सर्व विश्वात व्यापून असणाऱ्या परमेश्वरासाठी तुकोबा 'सर्वेश्वर' हा शब्दप्रयोग करतात. या सर्वेश्वराची पूजा करायचा मार्ग म्हणजे त्याला गंध लावणे व फुले वाहणे हा नव्हे, त्याचाच अंश असलेल्या कोणाही जिवाचा मत्सर न करणे, हे त्याच्या पूजेचे वर्म आहे. भेदभाव हे मत्सराचे मूळ आहे.

जो विष्णूची उपासना करतो तो वैष्णव, अशी आपली सरधोपट समजूत असते; परंतु हे फारच वरवरचे झाले आणि ते पुरेसेही नाही. तुकोबा या अभंगामधून जणू वैष्णवांची आचारसंहिताच स्पष्ट करतात. त्यानुसार ज्याचे सर्व प्रेम ईश्वरावरच केंद्रित झालेले आहे तोच वैष्णव. प्रेमाच्या इतर विषयांना तो मुळीच महत्त्व देत नाही. स्वत:चे शरीर, संपत्ती आणि आपल्या परिवारातील माणसे ही सगळ्यांच्याच आवडीचा विषय असतात; मात्र या सर्व गोष्टी वैष्णवांसाठी तृणवत म्हणजे गवताप्रमाणे तुच्छ असतात. ईश्वरापुढे त्यांची काहीच मातब्बरी त्यांना वाटत नाही.

वैष्णवांचे आयुष्य काही नियमांनी नियंत्रित झालेले असते. रोजच्या जगण्यात त्यांची काही नित्यनैमित्तिक कर्तव्यकर्मेही असतात. या कर्तव्यकर्मांच्या आचरणात काही अडथळे आले तरी त्यांना दूर करून, प्रसंगी त्यांच्याकडे दुर्लक्ष करून ठरलेल्या नेमांचे पालन करण्यात वैष्णवांची कसोटी लागते. कधी-कधी हे अडथळे किंवा अडचणी संकटाचे रूप धारण करतात. अशा वेळी त्यांची तमा न बाळगता आपल्या वैष्णवी कर्तव्यास खरा वैष्णव चुकत नाही.

दुर्वास ऋषींच्या कोपाचे परिणाम माहीत असूनही त्यांच्याकडे काणाडोळा करून आपले एकादशीचे व्रत भंगू न देण्याची दक्षता घेणारा अंबरीष राजा हे या वैष्णवी बाण्याचे उत्तम उदाहरण होय. डॉक्टरांनी वारंवार आग्रह करूनही मांसाचे सूप ग्रहण करण्यास नकार देणाऱ्या कस्तुरबा गांधी हे अगदी अलीकडचे उदाहरण. स्वत:च्या किंवा स्वत:च्या कुटुंबातील, व्यवसायातील अडचणींना बाजूला ठेवून पंढरीच्या वारीचा नेम न चुकवणारे किती तरी वारकरी सापडतील. वारीच्या वेळी महाविद्यालयाच्या व्यवस्थापनाने रजा देण्यास नाखुशी दाखवली तेव्हा प्राचार्यपदाचा राजीनामा देऊ करणारे शं. वा. तथा सोनोपंत दांडेकर मामा सर्वांनाच ठाऊक आहेत. वैष्णवांची ही अशी लक्षणे स्पष्ट करताना हा वैष्णव कोणत्याही जातीचा असू शकतो, हे सांगायला तुकोबा विसरत नाहीत. उच्चवर्णीय वैष्णवाला अधिक मान आणि कनिष्ठवर्णीयाला कमी मान, असा भेदभाव करणे हे वैष्णव धर्माच्या तत्त्वाशी पूर्णपणे विसंगत आहे.

परमात्मा सर्व व्यापक आहे; चराचरात भरला आहे; हे ज्ञान वेद, शास्त्रे, पुराणे यांच्यामधून प्रकट झालेले आहे. संतांनीसुद्धा हीच शिकवण दिली आहे; परंतु तुकोबांचे त्याने समाधान होत नाही. या ज्ञानाचा प्रत्यक्ष अनुभव घेण्याची त्यांची इच्छा आहे व तशी कृपा करण्याची प्रार्थना ते देवाकडे करतात. इतरत्रसुद्धा '*ऐसे भाग्य कई लाहता होईन। अवघे देखे जन ब्रह्मरूपा।।*' अशा भाषेत त्यांनी आपली ही इच्छा व्यक्त केली आहे. त्यासाठी काय काय साधना करावी लागेल हेही ते सांगतात. परंतु शेवटी '*तुका म्हणे माझी पुरवी वासना। कोण नारायणा, तुजविण।।*' असे म्हणत त्यांनी त्यासाठी देवालाच साकडे घातले आहे. ईश्वराच्या सर्व व्यापकत्वाची चर्चा खूप झाली. अगदी तुकोबांच्याच निरीक्षणानुसार 'घरोघरी अवघे झाले ब्रह्मज्ञान' अशीच त्या काळातील परिस्थिती होती. वस्तुत: ब्रह्मज्ञान ही काही ऐकून, वाचून वा चर्चा करून प्राप्त होणारी गोष्ट नव्हे. जोपर्यंत या ज्ञानाचे पर्यवसान अनुभवात होत नाही, तोपर्यंत त्याला खऱ्या अर्थाने 'ज्ञान' म्हणायचे का हाच प्रश्न आहे. तुकोबा सांगतात, की सर्वत्र हीच चर्चा कानी पडत असल्यामुळे इतरांचे ऐकून आपणही तसेच म्हणतो, परंतु आपल्याला तसा अनुभव मात्र आलेला नसतो. तसा अनुभव आला असता तर आपण आपपरभाव केलाच नसता. सोवळ्याओवळ्याचा बडिवारही माजवला नसता.

माहिती या अर्थाने ज्ञान उपलब्ध होऊ शकते. परंतु अनुभव हा ज्याचा त्यानेच घ्यायचा असतो. '*ईश्वर: सर्वभूतानां हृद्देशे अर्जुन तिष्ठति*' अशी गीतेचीही साक्ष आहे; परंतु अशी वचने ऐकून त्यांच्या अर्थाचे वा आशयाचे प्रत्यंतर येत नाही. तुकोबांच्या मतानुसार अशा अनुभवासाठी ईश्वराची कृपा झाली पाहिजे. त्यामुळेच ते देवाला तशी प्रार्थना करतात. अशा अनुभवाचे योग म्हणजे जोड ईश्वरी प्रसादाने होईल त्याचप्रमाणे त्याचे जतन म्हणजे क्षेम होण्यासाठीही ईश्वरी कृपेचीच गरज आहे. ही गोष्ट मानवी प्रयत्नांनी साध्य होणार नाही. त्यासाठी ईश्वरालाच प्रार्थना करूया.

आत्मज्ञानासाठी वेद प्रमाण मानले जातात. आत्मा इंद्रियजन्य लौकिक ज्ञानाचा किंवा प्रत्यक्षाचा विषय नाहीच. वेदांनी आपण जडस्वरूप देह नसून चैतन्यरूप आत्मा असल्याचे सांगितले; परंतु एकदा 'मी' आत्मा असल्याचे ठरले म्हणजे माझ्यासारखेच असलेले इतरही माझ्याप्रमाणेच आत्मा असणार. माझ्याप्रमाणेच त्यांचे देहसुद्धा आगंतुक अशा उपाधीच असणार व देहाच्या अनुषंगाने जे लिंगजातींचे भेद केले जातात, तेही मिथ्या असणार. तुकोबा सांगतात, की आत्मज्ञानाचे प्रमाण किंवा साधन म्हणून वेदांना स्वीकारायचे असेल, तर देहादी अनात्म वस्तूंमुळे निर्माण झालेल्या भेदांकडे दुर्लक्षच करायला हवे. आपण याच अर्थाने वेदांचे प्रामाण्य मानतो असे सांगत ते परमेश्वराला ग्वाही देतात, की अशा अभेद ज्ञानाचा परिपाक म्हणून मी सर्व भूतमात्रांना तुझीच रूपे समजून नमस्कार करीन. ज्ञानाचे असे कृतीत प्रकटीकरण करणे म्हणजेच सिद्धान्ताचे व्यवहारात उपयोजन करणे शक्य झाले, तरच खऱ्या अर्थाने द्वैतावर मात केली असे म्हणता येईल. एरवी 'अहंब्रह्मास्मि', 'त्वत्त्वमसि', 'सर्व खल्विदं ब्रह्म' अशी वेदांमधील महावाक्ये उच्चारणे ही केवळ पोपटपंचीच ठरेल. *'पढविले तैसे पढो जाणे पुंसा। परी नाही दशा साच अंगी।।'*

तुकोबांच्या काळात स्वत:ला ब्रह्मज्ञानी समजून त्यानुसार भोळ्या भाविकांकडून सर्व प्रकारचा मानमरातब, प्रतिष्ठा व पूज्यता मिळवणारे लोक अस्तित्वात होते. सर्व काही ब्रह्मरूप आहे म्हणत ते दुसऱ्या बाजूला खालच्या मानल्या गेलेल्या जातींना तुच्छ मानत, त्यांच्याशी कोणताही व्यवहार करायला नकार देत. इतकेच नव्हे; तर व्यक्तिश: स्वत:ला इतर सर्वांपेक्षा श्रेष्ठ समजत. परमार्थाच्या नावाने असे विसंगत वर्तन करणाऱ्यांना *'अहं ब्रह्म म्हणूनी पाळितसे पिंडा'* असे म्हणत खडसवायला तुकोबा मागे पुढे पाहात नाहीत. ब्रह्मज्ञान कर्तव्य कर्माच्या आड येऊ नये, तसेच ते भक्तीच्याही आड येऊ नये असा तुकोबांचा कटाक्ष होता. सिद्धान्त आणि व्यवहार यांच्यामधील दरी त्यांना मान्य नव्हती. *'मुखी बोले ब्रह्मज्ञान। जनलोकांची कापितो मान।।'* अशा प्रवृत्तीचा ते धिक्कार करतात.

'*नर नारी बाळे अवघा नारायण। ऐसे माझे मन करी देवा।।*' अशी तुकोबांची नेहमीच ईश्वराकडे प्रार्थना असायची. अर्थात, या इच्छेला व प्रार्थनेला अनुरूप असा प्रयत्नही त्यांनी केलेला होताच. त्याचा परिपाक म्हणून तुकोबा त्या अवस्थेला पोहोचले व त्याच अवस्थेचे वर्णन त्यांनी प्रस्तुत अभंगातून केलेले आहे.

ते सांगतात, की मी अनेक लोकांना भेटतो तेव्हा ते देवरूप आहेत असाच माझा समज असतो. स्त्री–पुरुषभेदाच्या भावनेचे उच्चाटन झालेले आहे. तुकोबांची ही जी मनोवस्था होती, ती कोणाला कळणार? सर्वसामान्य लोकांना तर इतरांच्या मनात काय चाललेले आहे हे समजतच नसते, त्यामुळे त्यांची एकवेळ दिशाभूल करता येणे शक्य आहे; परंतु ईश्वर सर्वच प्राण्यांच्या अंतरात वसत असल्यामुळे त्याला आंतरभावही समजतो, त्याला काही सांगायचीदेखील आवश्यकता नाही. '*जाणे अंतरीचे राम। काय परिहाराचे काम?*'

तुकोबांना परमार्थातील सर्वात्मकपणाच्या सर्वश्रेष्ठ अवस्थेचा साक्षात्कार झाल्यानंतरच्या अवस्थेमधील हा अभंग आहे. अशा अवस्थेत कोठेही न जाता, कोणालाही न भेटता आत्मचिंतनात लीन होऊन ब्रह्मानंदाची अनुभूती घ्यावी, असाच परमार्थ मार्गातील रूढ संकेत होता; मात्र तुकोबांना तो मान्य नव्हता. ते कथा–कीर्तनाच्या निमित्ताने गावोगाव फिरायचे. खरे तर त्यामुळेच त्यांना अनेक लोकांना भेटायचा, त्यांच्याशी बोलायचा, त्यांच्या शंका निरसन करण्याचा योग यायचा.

परत एकदा पारंपरिक दृष्टिकोनातून पाहिले तर ब्रह्मात्मैक्य अवस्थेत सर्व प्रकारच्या अनात्मरूपी उपाधींचा त्याग करायचा असल्यामुळे कथा–कीर्तनादी गोष्टी करायचे कारणच उरत नाही. मग तुकोबांनी हा पसारा का मांडावा? तुकोबा जे काही करत आहेत ते असंख्य जडजीवांच्या उद्धारासाठीच. आपणास जी अवस्था प्राप्त झाली, तेथपर्यंत इतर सर्व लोक पोहोचावेत या दयाबुद्धीने प्रेरित होऊनच ते लोकांच्यात वावरतात व त्यांना उपदेश करतात. घरी बसून त्यांना काही खायला प्यायला मिळत नव्हते, अशातला भाग नाही. लोककल्याणाशिवाय त्यांचा दुसरा कोणताही हेतू या कर्मचक्रामागे नाही.

तुकाराम महाराजांनी लोकांना उपदेश करून सन्मार्गाला लावले हे सर्व जाणतातच; परंतु ही झाली त्यांच्या उपदेशाची सकारात्मक किंवा भावात्मक बाजू, म्हणजे लोकांना सन्मार्गाला लावणे. परंतु जोपर्यंत या बाजूला दुसऱ्या नकारात्मक किंवा विध्वंसक बाजूची जोड मिळत नाही, तोपर्यंत आपले कार्य अपूर्णच राहणार ही तुकोबांची अटकळ होती. म्हणून त्यांनी समकालीनांचे गुणदोष उघड करायला सुरुवात केली. यासाठी त्यांनी अर्थातच शब्दरूप शस्त्र वापरले. त्यांचे अभंग म्हणजे समाजातील अपप्रवृत्तींवर केलेला बाणांचा वर्षावच ठरला. आता ज्यांच्या रोखाने त्यांनी हा मारा चालवला होता, ते लोकसुद्धा पारमार्थिकदृष्ट्या भगवंताचीच रूपे होती, याची त्यांना कल्पना होतीच. 'भूती भगवंत' हा संकेत ते जाणत होते; पण म्हणून त्यांच्या दोषांवर प्रहारच करायचे नाहीत, असे होत नाही. माणसेच काय; परंतु वाघ, विंचू आणि साप हे धोकादायक जीवसुद्धा भगवंताचीच रूपे आहेत; परंतु म्हणून त्यांना कोणी जवळ करत नाही.

'तुका म्हणे विंचू सर्प नारायण। वंदावे दुरून शिवो नये।।' असेच धोरण असते आणि त्यातही असा एखादा विंचू पिंडीसारख्या श्रद्धास्थानावर बसला, तर – 'देव्हाऱ्यावर विंचू आला। देवपूजा नावडे त्याला। तेथे पैजाराचे काम। अधमासी तो अधम।।' असे स्पष्ट शब्दांत बजावायला तुकोबा कचरत नाहीत. त्यामुळे माणसाचा अंतरात्मा भले ब्रह्मरूप असेलही; परंतु ज्याच्या अंतरंगात तो आहे, तो जर दोषांनी भरलेला असेल, तर त्याला उपदेश करण्याआधी दोष दाखवून त्याला ताळ्यावर आणायची गरज आहे.

सरळ रस्ता सोडून काट्याकुट्यांनी भरलेल्या आडरानात शिरत असेल, तर त्याला तसे करण्यापासून थांबवले पाहिजे. तुकोबा जेव्हा अवगुणी लोकांवर टीका करतात, तेव्हा त्यांचा हाच उद्देश असतो. दोषदिग्दर्शन करून ते दूर करणे, ही एक प्रकारे सदुपदेश अंगी मुरवण्याची पूर्वतयारी आहे. या दोन्ही गोष्टी परस्परपूरकच आहेत. समाजातील व्यंग्ये हुडकून ती नष्ट करण्याची प्रक्रिया ही शेतातील तण खुरपून काढण्यासारखी आहे. तण तसेच ठेवून पेरणी केली, तर पीक चांगले येत नाही व बीजही वाया जाते. तुकोबा स्वतःच्या शत्रूंची संख्या वाढवत समाजाची खुरपणी करत गेले.

'भूतांचिये नांदे जीवी। गोसावीच सकळा।।' या वचनातून तुकोबांनी मनुष्याचा जीव किंवा आत्मा हा देवस्वरूपच असल्याचे प्रतिपादन केले. या 'निष्काम व निराळा' असलेल्या देवापेक्षा जीव वेगळा कसा ठरतो, तर त्याच्या इंद्रिये व विषयांच्या संगतीमुळे 'भूती भगवद्भाव। मात्रासहित जीव' या ओळीतून तुकोबांनी हाच आशय व्यक्त केला आहे. इंद्रिये व त्यांचे विषय त्रिगुणात्मक म्हणजे सत्त्व, रज आणि तम या गुणांनी बनलेले असतात. तर, आत्मा त्रिगुणातीत शुद्ध चैतन्यरूप असतो. त्रिगुणांच्या मूळ अवस्थेलाच सांख्य प्रकृती म्हणतात, तर वेदांत त्याला माया असे म्हणतो. मूळ आत्मरूपाची ओळख पटली म्हणजे आपण या मायेपेक्षा वेगळे असून, तिच्या व्यवहारांचे केवळ 'साक्षी' असतो 'साक्षत्वे झालो या गुणांचा देखणा' तुकोबा आपल्या याच मूळ स्वरूपाचा निर्देश करून सांगतात, की आम्ही या मायेचे साक्षी आहोत. मायेच्या व्यवहारात आमची कोणतीही गुंतवणूक नसल्यामुळे आम्हा कोणी आपला वा कोणी परका नाही.

मायेच्या व्यवहारात न गुंतलेल्या तुकोबांची सर्व खटपट 'सत्या'साठीच होती. माया अविद्या ही सत्य आणि अनृत यांचे बेमालूम मिश्रण असते. ती दोन्ही एकमेकांपासून अलग करून सत्य सांगण्यातच तुकोबांना स्वारस्य होते. 'सत्य आम्हा मनी। नव्हो, गाबाळाचे धनी।।' किंवा 'सत्य असत्याची मन केले ग्वाही।' ही त्यांची वचने त्यांची सत्याविषयीची आस्था प्रकट करतात. सत्यात असत्याचे मिश्रण झाले की मनुष्यजन्माचा व्यापार तोट्याचा ठरतो. तुकोबांना तो करायचा नाही, त्यामुळे ते आपल्या भोवतालच्या लोकांचे गुणदोषदर्शन निःपक्षपणे व यथार्थ रीतीने घडवतात, त्यामुळे संबंधित लोक नाराज वगैरे होणार हे उघड आहे. पण माया साक्षी असलेल्या तुकोबांना 'नाही भीडभार। तुका म्हणे सानथोर।।' अशी त्याची फिकीर नाही. तुकोबांच्या काळातील आयुर्वेदीय उपचारपद्धतीत दुखऱ्या वा जखमी भागाला चटका किंवा डाव देण्याच्या उपचाराचाही समावेश होता. या उपचारामुळे रुग्णाला वेदना होणार हे उघड आहे; पण त्या तात्कालिकच असतात. त्या सहन केल्या तर तो रुग्ण बरा होईल. तसेच तुकोबांच्या उपचारांचे आहे. 'तुका म्हणे लासू, फासू, देऊ डाव। सुखाचा उपाव पुढे आहे।।' हे निदान निवाड्याचे काम तुकोबांनी देवाला साक्षी ठेवून केलेले आहे आणि यात ते काहीही आत्मप्रौढी मिरवत नाहीत, ही वस्तुस्थिती आहे.

तुकोबांच्या काळात परमार्थाची दुकाने मांडून बसलेल्या पोटभरू संतांची चलती होती. 'अवघे ब्रह्मज्ञान झाले घरोघरी' असे असले तरी 'परि मेळवण बहू माजी' अशी भेसळ त्यात होती. शुद्ध, निरे निके ज्ञान देणारे कोणी दिसत नव्हते. अशा परिस्थितीत लोकांनी भूलथापांना बळी पडून, भलत्या– सलत्याच्या नादी लागून आपले नुकसान करून घेऊ नये, म्हणून तुकोबा ब्रह्मज्ञानाचा 'शॉर्टकट' सांगणाऱ्यांपासून दूर राहण्याचा इशारा देतात. ब्रह्मज्ञान ही काही विनासायास कोठेही उपलब्ध होऊ शकणारी सवंग वस्तू नाही. तिची प्राप्ती होत नाही, म्हणून चारी वेद खिन्न होऊन मौनात गेले. साही शास्त्रे आपापसांत वाद करू लागली. वेगवेगळे साधक वेगवेगळ्या मार्गांचा अवलंब करते झाले.

कोणी जप, कोणी तप, कोणी तीर्थयात्रा तर कोणी पृथ्वी प्रदक्षिणा! महर्षी व्यासांनी अठरा पुराणांची निर्मिती केली, की ज्यातून साधकांना मार्गदर्शन व्हावे.

ब्रह्मज्ञान होण्यासाठी संतांची सेवा करावी असा सल्ला तुकोबा देतात. 'ते ज्ञान पै गा बरवे। जरी मना आथी आणावे। तरी संता या भजावे सर्वस्वेसी।। ते तसा ज्ञानाचा कुरुठा। तेथ सेवा हा दरावंटा। तो स्वाधीन करी सुभटा। ओळगोनी।।' असा उपदेश श्रीकृष्णाकरवी अर्जुनाला ज्ञानेश्वरांनीही केलेला आहे.

ज्ञानेश्वरांनीच रचलेला हरिपाठ हा वारकऱ्यांच्या रोजच्या पठणाचा भाग आहे. त्यात ते सांगतात 'संतांच्या संगती मनोमार्गे गती। आकळावा श्रीपती येणे पंथे।।' संत या शब्दाची फोड करताना ज्ञानेश्वरीत ज्ञानेश्वरांनी 'संत' शब्दाबरोबर 'तत्त्वज्ञ' शब्द वापरायची खबरदारी घेतली आहे. परिवर्तनशील भौतिक जगामध्ये अनुस्यूत असणाऱ्या अपरिवर्तनीय चैतन्यतत्त्वाची ओळख संतांना होती. 'त्या उपाधीमाजी गुप्त। असे चैतन्य सर्वगत। ते तत्त्वज्ञ संत। ओळखती।।' या तत्त्वाचे ज्ञान संतांकडून होऊ शकते. त्यासाठी 'तनुमनु जीवे। चरणासी लागावे। आणि अगर्वता करावे। दास्य सकळ।।' तरून जाण्यासाठी हेच ज्ञान आवश्यक असते. ज्ञानरूपी नौकेतूनच हे तरता येईल असा निर्वाळा श्रीकृष्णाने गीतेत दिला आहे. 'देखे विश्वाभ्रमाऐसा। जो अमूर्ताचा कवडसा। तो जयाचिया प्रकाशा। पुरेचिना।।' असे या ज्ञानाच्या सामर्थ्याचे वर्णन ज्ञानेश्वर करतात.

ब्रह्मज्ञान झालेला मनुष्य ब्रह्मरूपच होतो. त्याच्या ठायी 'मी माझे' असा अहंकार शिल्लक राहत नाही. पण कर्म करण्यासाठी मी कर्ता आहे असा कर्तृत्वाचा अभिमान असावा लागतो. असा अभिमान असला म्हणजे तो 'मी' अमुक एक कर्म करणार असा संकल्प करतो व त्यानुसार पावले टाकतो. ब्रह्मज्ञान प्राप्त झालेल्या मनुष्यात अशा कर्तृत्वाच्या अहंकाराचाच अभाव असेल तर तो कर्माचा संकल्प कसा करणार? आणि संकल्पच केला नाही तर त्याच्या हातून कर्म कसे घडणार? तुकोबा सांगतात, की अशा ब्रह्मज्ञानी-ब्रह्मरूप व्यक्तीची कर्मे संकल्पाशिवाय सहजपणे होत असतात. त्यामुळे त्याची कर्मेही ब्रह्मरूप! ती त्याला बंधनात टाकत नाहीत.

ब्रह्मज्ञानी माणसाची कर्म करण्याची पद्धत प्रतिक्षिप्त क्रियांच्या उदाहरणांनी स्पष्ट करता येईल. डोळ्यांत एखादा धूलीकण वाऱ्याने वगैरे जाऊ लागला तर पापण्या आपोआप मिटतात. त्यासाठी संकल्प करण्याची गरजच नसते.

अशा प्रकारची कर्मे करणाऱ्या ब्रह्मज्ञानी माणसाची मूळ अवस्था या कर्मांमुळे बिघडत नाही. तो तिच्यापासून विचलित होत नाही. स्फटिक नावाचा पारदर्शक मणी ज्या रंगाच्या वस्तूवर ठेवण्यात येतो, तोच त्याचाही रंग आहे असे वाटते, पण तो केवळ आभास असतो. स्फटिक पांढराच असतो. त्याचप्रमाणे देहादी उपाधीमुळे ब्रह्मरूप असलेला आत्मा कर्ता वगैरे करत असल्यासारखे (तो कर्म करतो तेव्हा) इतरांना वाटते; पण वस्तुत: तो आहे तसाच असतो, त्याच्यात काहीही फरक पडलेला नसतो.

ब्रह्मज्ञान होऊनही निष्काम भावनेने कर्मे करणारा अधिकारी पुरुष भेटला आणि त्याच्याकडून उपदेश मिळाला, तर केवढी भाग्याची गोष्ट! तो मूर्तिमंत ब्रह्मज्ञानच होय. दहा पंडितांच्या प्रवचनांनी जे कळणार नाही ते त्याच्या नुसत्या उदाहरणाने कळेल. विद्वानांनी केलेला उपदेश बाळाला कळत नाही, पण आईचा एक शब्द त्याच्यासाठी पुरेसा ठरतो. अशा ब्रह्मज्ञानी जाणत्या माणसाला तुकोबा नमन करतात. मिथिलाधिपती जनकराजा याच वर्गात मोडणारा होता हे वेगळे सांगायला नको.

भेसळीच्या ब्रह्मज्ञानाची दुकाने थाटून परमार्थाचा व्यापार करणाऱ्यांचा सुळसुळाट झाला असताना तुकोबा शुद्ध ब्रह्मज्ञान सांगावयास प्रवृत्त झाले आहेत आणि श्रोत्यांना त्याकडे नीट लक्ष देण्याची सूचनाही करत आहेत.

ब्रह्म नावाची निखळ चैतन्यमय ज्ञानरूप सद्वस्तू भौतिक जगात सर्वव्यापक आहे. साहजिकच ती मनुष्यदेहामध्ये आहे. मनुष्यदेहात ती आत्मरूपाने म्हणजे 'मी' या जाणिवेच्या रूपात वसते. '*मी आत्मा असे एकैका। भूतमात्रांच्या ठायी।।*' इति ज्ञानेश्वर.

प्रत्येकात आत्मरूपाने असणारे हे ब्रह्म प्रत्येकाच्या बऱ्या-वाईट, पाप-पुण्यरूप कर्माने प्रभावित होत नाही. त्याचे शुद्ध स्वरूप त्यामुळे बिघडत नाही. '*ब्रह्म न लिंपे त्या मेळे। कर्माअकर्मा वेगळे।।*' ही गोष्ट तुकोबा दृष्टान्ताच्या साह्याने स्पष्ट करतात – पृथ्वीवर उगवणारा सूर्य पृथ्वीवरील सर्व प्रकारच्या शुद्ध–अशुद्ध जलद्रव्याला आपल्या अंगभूत उष्णतेने त्याची वाफ करून शोषून घेतो; पण त्याचा त्याच्यावर काही परिणाम होत नाही. समुद्राचे पाणी खारट असते, नदीचे पाणी गोड. या दोन्ही प्रकारचे पाणी शोषल्याने सूर्य गोडही होत नाही वा खारटही होत नाही. सर्व प्राणिमात्रांमध्ये परमेश्वर समत्वाने असतो. अमुक एक प्रिय आणि अमुक दुसरा अप्रिय असा भेदभाव त्याच्याकडे नसतो. तो सगळ्यांमध्ये समत्वाने असतो. याचा आणखी एक अर्थ म्हणजे कोणा एकामध्ये तो कमी प्रमाणात असतो वा कोणा एकात जास्त प्रमाणात असे नाही.

'*भूतांचिये नांदे जीवी। गोसावीच सकळा।।*' तो स्वतःला कोणापासूनही लपवून, दडवून ठेवत नाही.

शंकराचार्यांनी हीच गोष्ट पावसाच्या उपमेने सांगितली आहे. पाऊस सर्वत्र पडतो. तो सुपीक जमिनीवर पडतो, तसेच बरड-नापीक जमिनीवरही पडतो. भूमी पिकते ती तिच्या मगदुराप्रमाणे. तुकोबांनी हा दाखला वापरला आहे. '*पर्जन्ये पडावे आपुल्या स्वभावे। आपुल्या त्या दैवे पिके भूमी।।*' थोडक्यात म्हणजे ब्रह्म सर्व भूतांमध्ये आहे. सम प्रमाणात आहे. त्याच्यामुळेच भूतांमध्ये चलनवलन शक्य होते; पण तरीही त्यांच्या कर्मापासून ते पूर्णपणे अलिप्त असते. हेच शुद्ध ब्रह्मज्ञान. हेच सत्य तुकोबा उपदेशतात.

|| चाले हे शरीर कोणाचिये सत्ते। कोण बोलविते हरीविण।।
देखवी दाखवी एक नारायण। तयाचे भजन चुको नका।।धृ।।
माणसाची देव चालवी अहंता। मीचि एक कर्ता म्हणू नये।।
वृक्षाचेही पान हाले ज्याची सत्ता। राहिली अहंता मग कोठे।।
तुका म्हणे विठो भरला सबाह्ये। तया उणे काही चराचरी।। ||

देव चराचर विश्वात व्यापून उरला आहे. मनुष्यदेह हा निसर्गातील अनेक वस्तूंप्रमाणे भौतिक घटकांनीच बनलेला आहे; पण तो त्याच्यामधील चैतन्यशक्तीमुळे हालचाल करु शकतो. हीच गोष्ट तुकोबा प्रश्नार्थक पद्धतीने स्पष्ट करतात. हे शरीर ईश्वराच्याच सत्तेने क्रियाशील होते. ईश्वरी सत्तेमुळेच माणूस चालतो, बोलतो आणि पाहतो. पाहण्याबोलण्यासारख्या आपण करत असलेल्या कर्मांचा मीच कर्ता आहे, असे मनुष्याला वाटते; पण असे करण्याचा आणि वाटण्याचा जो अहंकार किंवा अहंकर्तृत्वभाव असतो, तोसुद्धा या ईश्वरी सत्तेनेच त्याला प्राप्त झालेला आहे आणि हे ओळखून माणसाने आपल्याकडे कर्तृत्व घेऊ नये. उलट हे सर्व ज्याच्यामुळे शक्य होते, त्या ईश्वराचे भजन करावे, त्याच्याविषयीची कृतज्ञता व्यक्त करावी.

ईश्वराच्या या सत्तेचे वर्णन ज्ञानेश्वरीत कृष्णाच्या मुखातून प्रकटले आहे. 'आकाशे सर्वत्र वसावे। वायूने वावभरी उगे नसावे। पावके दहावे। वर्षवे जळे।। पर्वती बैसका न संडावी। समुद्री रेखा नोलांडावी। पृथ्वीया भूते वहावी। हे आज्ञा माझी।। म्या बोलविल्या वेदु बोले। म्या चालविल्या सूर्यू चाले। म्या हालविल्या प्राणु हाले। जो जगाते चालिता।।' तुकोबा वृक्षाचे पान त्याच्या सत्तेने हलते असा उल्लेख करतात. वृक्षाचे पान वाऱ्याने हलते असे आपणास वाटते; पण तो वारा मुळात स्वतःच ईश्वरी सत्तेने वाहत असल्याचे ज्ञानेश्वर सांगतात. मग पानाला मी हलतो असा अहंकार बाळगण्यास वावच उरत नाही. जो अशा प्रकारे ईश्वरी सत्तेला ओळखतो व तिचे कृतज्ञतापूर्वक स्मरण करतो, त्याला काहीही कमी पडणार नाही, अशी ग्वाही तुकोबा देतात.

तुकोबांचा हा मुद्दा एकनाथांनी एका अभंगामधून अधिक तपशिलाने मांडला आहे –

'जिव्हा रस चाखी अवलोकी नेत्र। प्रेरक पवित्र आत्माराम।।

बोलतसे मुख त्याचे कळे स्पर्श। प्रेरक परेश आत्माराम।।

सुख-दुःख ज्ञान होतसे पै चित्ता। प्रेरक पंढरीनाथावीण नाही।।

घ्राणा परिमळ ऐकती श्रवण। प्रेरक नारायण सर्वसाक्षी।।

हस्ते घेणे-देणे चरणी गमन। प्रेरक ईशान आत्माराम।।

ज्याच्या सत्ताबळे हाले वृक्ष-पान। प्रेरक भगवान सर्वांचा तो।।

एक जनार्दनी पाय हे धरावे। ध्यान हे करावे हृदयी त्याचे।।'

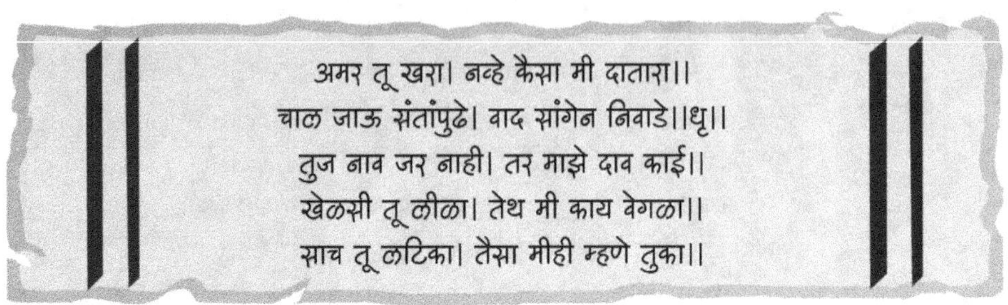

तुकोबा आपल्या श्रोत्यांना त्यांच्या स्वत:सह सर्वच ब्रह्मरूप असल्यामुळे अमर असल्याची ग्वाही देतात. मानवी देहात प्रविष्ट झालेल्या जिवांना आपण ब्रह्मरूप असल्याची खात्री पटणे तसे अवघडच म्हणावे लागते. देव आणि जीव एकाच तत्त्वाची रूपे असली तरी जिवाने धारण केलेल्या देहामुळे व त्याच्या ओळखीसाठी वापरण्यात येणाऱ्या विशिष्ट संबोधनामुळे त्याला नामरूप प्राप्त होते. ज्याचा नित्य, शुद्ध, बुद्ध परब्रह्मामध्ये अभाव आहे; परंतु तुकोबा सांगतात, की अशा नामरूपात्मक उपाधीमुळे जिवाचे देवत्व नष्ट होत नाही आणि विशेष म्हणजे आपली ही भूमिका ते प्रत्यक्ष देवालाच ऐकवतात व तीही प्रश्नार्थक आव्हानाच्या माध्यमातून. ते देवाला विचारतात, की देवा तू जर अमर असशील तर जीव असलेला मीदेखील अमर कसा नाही हे तूच मला सांग. तू जर निनावी असशील – म्हणजे तुला जर नाव नसेल तर मला तरी कोठे आहे? तू जर निराकार असशील – म्हणजे रूपहीन असशील तर मीही तसाच नाही का? तू जे काही कर्म करतोस त्याला 'लीळा' असे म्हणत असतील तर त्या कर्माचाच एक भाग असलेल्या माझ्या कर्मलाही तुझीच लीळा का म्हणू नये? तात्पर्य, तू जर खरा असशील तर मीही तसाच आणि तितकाच खरा आहे आणि तू जर खोटा असशील तर मीदेखील खोटा. खरे तर मी खोटा असेन तर तूसुद्धा खोटा ठरशील. तुकोबांनी एका अर्थाने देवाला ही जणू एक 'नोटीस'च बजावली आहे आणि या नोटिशीचे उत्तर देण्यासाठी त्याने संतांच्या कोर्टात हजर राहावे असेही सुचवले आहे.

येथे संतांचा संबंध कोठे पोहोचतो असे कोणी विचारील तर तुकोबांनी सांगून टाकले आहे की देव आणि जीव यांची रुजवात करून देणारे संत हे निरपेक्ष मध्यस्थ होत. संत जिवाची कैफियत देवापुढे मांडतात व तिचा निवाडा देवाकडे न सोपवता आपण करतात, तोही जिवाच्या बाजूने. म्हणून तर तुकोबा देवाला इशारा देतात – *'मज संतांचा आधार। तू एकले निर्विकार।। पाहा विचारोनि देवा। नको मजसवे दावा।।'*

तत्त्वज्ञानाच्या दृष्टीने महत्त्वाचा ठरणारा तुकोबांचा हा अभंग काव्यरचनेच्या बाजूनेही महत्त्वाचा आहे. कोणत्याही भाषेचे गद्य हे त्या भाषेची प्रकृती सांगते. सर्वसामान्य लोक या भाषेचा उपयोग करताना तिचे प्राकृतिक नियम अनुसरत असतात. कवीला मात्र या नियमांचे बंधन वाटते व तो त्यांना झुगारून देतो. त्याच्या अभिव्यक्तीसाठी हे आवश्यकच असते. सर्व लोकांना उद्देशून रचल्या गेलेल्या या अभंगात या लोकांसाठी वापरले गेलेले 'तुम्ही' हे संबोधन गद्यातील रचनेप्रमाणे सुरुवातीला न येता एकदम शेवटी आलेले आहे! ही कवी तुकोबांची खासियत!!

लोकांना उद्देशून तुकोबा सांगतात, की तुम्ही सर्व अमर आहात. मात्र केवळ आपण सांगतो म्हणून त्यांनी हे खरे मानावे असा तुकोबांचा आग्रह अजिबात नाही, ते लोकांनाच या म्हणण्याचा खरेखोटेपणा पडताळून पाहायला सांगतात. आपण जन्मतो व मरतो असे आपल्याला जे वाटते, ते आपण आपल्या देहाबरोबर तादात्म्य पावल्यामुळे. देहाशी असलेला आपला 'ममत्वभाव' अथवा 'माझेपणा' इतक्या टोकाला गेलेला असतो, की आपण आपल्याला देहच समजू लागतो. तुकोबा लोकांना देहतादात्म्य सोडायला सांगून आपले खरे स्वरूप ओळखायचे आवाहन करतात. आपण देह नसून, आत्मा आहोत, हे लक्षात आले, की आपण अमर असल्याचीही खात्री पटते. गीतेत म्हटल्याप्रमाणे आत्मा अविनाशी असून अमर्त्य आहे. पंचभूतांनी बनलेला देह मात्र निर्माण होतो व नष्टही होतो. ज्याप्रमाणे व्यक्ती जुने झालेले फाटकेतुटके कपडे टाकून देऊन नवे कपडे परिधान करते, त्याप्रमाणे आत्मादेखील जीर्णशीर्ण देहाचा त्याग करून दुसरा नवा देह धारण करतो. पण म्हणजेच आत्मरूपाने तुम्ही अमर आहात – नाशवंत देह म्हणजे 'मी' नव्हे.

परंतु हे जसे माझ्या बाबतीत सत्य आहे, तसेच इतरांच्याही बाबतीत सत्यच आहे. तेही माझ्यासारखेच आत्मरूप व म्हणून अमर आहेत. त्यांच्यात आणि माझ्यात जो भेद दिसतो तो नाशवंत शरीरामुळे. एकदा स्वतःसकट सर्वांच्याच आत्मरूपाची खात्री पटली, द्वैतभावनेचा लोप झाला, की कोण कुणाला भिणार? भय हे द्वैतातून व द्वैतामुळे निर्माण होत असते. तुकोबा लोकांना सांगतात, की अरे, तुम्ही देवाची रूपे आहात. अमर आहात. भयाचा त्याग करा.

तुकोबा लोकांना त्यांच्या मूळ परब्रह्म स्वरूपाची आठवण करून देतात आणि सांगतात, की मी जसा ईश्वरस्वरूप आहे तसेच तुम्हीदेखील ईश्वरस्वरूपच आहात; आपल्यामध्ये वेगवेगळ्या कारणांमुळे एकमेकांबद्दल भीती, संशय, अविश्वास, मत्सर, असूया हे भाव निर्माण होतात, ते आत्मस्वरूपाच्या स्तरावरील आपले मूलभूत ऐक्य विसरल्यामुळे. तेव्हा आता तरी जागे व्हा आणि आपल्या उद्धाराची काही तजवीज करा. काहीतरी युक्ती शोधून काढा. तुम्ही असे करायला सुरुवात केली तर तुम्हाला मार्ग दाखवायला विठ्ठल मार्गदर्शक म्हणून तुमच्या पुढे असेल. तसाच तो तुमचे संरक्षण करण्यासाठी तुमच्या मागेही असेल. द्वैतामुळे ओढवलेल्या भयप्रसंगाचे तुकोबा एका सर्वपरिचित दृष्टान्ताने स्पष्टीकरण करतात. डोंगराळ प्रदेशात, अरण्यात आपण हाक मारली तर त्याच आवाजाचा प्रतिध्वनी कानी येऊन तेथे आणखी कोणीतरी आहे असे वाटते व त्याच्याबद्दल भयाची भावनाही निर्माण होते. वस्तुत: तो आवाज आपलाच असतो. परंतु भेदाच्या वृथा कल्पनेमुळे आपली ओळख आपल्यालाच पटत नाही. या भेदातून व भीतीतून आपण धावू लागतो. तुकोबा अशा प्रकारे धावत सुटलेल्यांना थांबायला सांगतात. थोडा वेळ उभे राहा व मागे वळून पाहा. येथे तुम्हाला भय वाटावे असा दुसरा कोणीच नाही. असलाच तर मागेपुढे उभा राहून सांभाळणारा, पाठीशी राहणारा देव आहे. *'तुका करी जागा। नको वासिपू वाउगा। आहेसी तू अंगा। अंगी डोळे उघडी।।'*

परमार्थाची वाटचाल जाणीवपूर्वक करणाऱ्या भक्तांना परमेश्वर कसे साहाय्य करतो याची चर्चा भगवद्‌गीतेमध्येही वेळोवेळी करण्यात आलेली दिसून येते. *'म्हणोनि गा भक्ता। नाही एकही चिंता। तयाने समुद्धर्ता। आथि मी सदा।।'* असे त्यातील एका स्थळावरील ज्ञानेश्वरीतील भाष्य आहे. आणखी एके ठिकाणी *'तया तत्त्वज्ञा चोखटा। दिवी पोतासाची सुभटा। मग मीचि होऊनि दिवटा। पुढा पुढा चाले।। अज्ञानाचिये राती। माजी तमाची मिळणी दाटती। ते नाशोनि घाली परौती। करी नित्योदयो।।'* असे भाष्य ज्ञानेश्वरांनी केले आहे. देव हा असा मार्ग दाखवणारा व मार्ग प्रकाशित करणारा असतो.

संत बहिणाबाई ब्राह्मण्याविषयी जी सडेतोड अपारंपरिक भूमिका घेतात, तिची मुळे दोन. प्रसिद्ध बौद्ध विचारवंत अश्वघोष यांनी लिहिलेली व नंतर उपनिषद म्हणून वैदिक परंपरेने स्वीकृत केलेली *वज्रसूचि* ही कृती त्यांच्या वाचनात आली होती. त्यांचे काही अभंग म्हणजे या *वज्रसूचि*चा अनुवादच होत. त्यापासून एकोणिसाव्या शतकातील समाजसुधारक तुकाराम तात्या पडवळ यांनी स्फूर्ती घेतली होती. बहिणाबाईंचे सद्गुरू तुकोबा हे त्यांच्या विचारांचे दुसरे उगमस्थान. *वज्रसूचि*चे पुस्तक बाईंना तुकोबांकडून मिळाले असल्याची शक्यता आहे. तुकोबांचा प्रस्तुत अभंग बहिणाबाईंच्या ब्राह्मण्यविषयक विचारांचे सारच म्हणावे लागते.

तुकोबा जन्माधिष्ठित ब्राह्मणत्व नाकारतात. त्यानुसार एखादी व्यक्ती ब्राह्मणकुलात जन्माला आली नसली तरी ती ब्राह्मणच मानावी. तुकोबांचे हे 'ब्राह्मणत्व' त्या व्यक्तीच्या विचारांवर व आचारांवर अवलंबून आहे. जर कोणी सतत नामस्मरण करत असेल आणि त्याचबरोबर नाम ज्याचे द्योतक आहे, त्या परमात्म्याचे रूप अंतःकरणात आठवत असेल; शांती, क्षमा, दया हे सद्गुण त्या व्यक्तीने अंगी बाणवले असतील आणि या गुणांची कसोटी पाहणाऱ्या प्रसंगांतही ती अविचल राहत असेल; आणि सर्वांत शेवटी कामक्रोधादी सहा ऊर्मींचा तिने त्याग केला असेल, तर त्या व्यक्तीला ब्राह्मण समजावे.

तुकोबांचे हे विचार तेव्हा नक्कीच धक्कादायक ठरले असणार आणि विशेष म्हणजे तुकोबा एवढेच सांगून थांबत नाहीत. जन्माने ब्राह्मण असलेल्याच्या अंगी असे काही गुण नसतील, तर त्या व्यक्तीला ब्राह्मण मानू नये असेही ते बजावतात. *'ब्राह्मण तो नव्हे ऐसी ज्याची बुद्धी। पाहा श्रुतीमधी विचारोनी।। जयासी नावडे हरिनाम कीर्तन आणिक नर्तन विठोबाचे।।'* तुकोबांनी अशा प्रकारे सकारात्मक आणि नकारात्मक अशा दोन्ही पद्धतींनी ब्राह्मण कोण हे स्पष्ट केले आहे. ब्राह्मणत्वाविषयीची ही समजूत एकूणच वारकरी संत परंपरेची धारणा आहे. खरे तर या धारणेमुळेच सर्व जातिजमातींच्या लोकांना या संप्रदायाबद्दल विश्वास निर्माण झाला व अनेकांनी तिचा स्वीकारही केला.

गात–नाचत भजन करणाऱ्या वैष्णवांचे व त्यामागील त्यांच्या भूमिकेचे वर्णन करणारा तुकोबारायांचा हा एक महत्त्वाचा अभंग आहे. कधी टाळचिपळ्यांनी, कधी टाळ्या वाजवत; तर कधी गाईगुरांच्या ध्वनीचे शब्द उच्चारण्याचा हुंबरी खेळ खेळणारे हे वैष्णव आहेत. ते गोपीचंदनाचा टिळा, तुळशीच्या माळा अशा शृंगाराने नटतात. त्यांना भजनात इतके स्वारस्य आहे, की त्याच्यापुढे त्यांना मोक्षही तुच्छ वाटतो. टाळमृदंगादी वाद्ये वाजवत, आरोळ्या ठोकत, देवाला हाक मारत सुखाचे सोहळे साजरे करत असताना त्यांना दिवस व रात्रीचेही भान राहत नाही. *'न कळे दिवस की राती। अखंड लागलीसे ज्योती। आनंद लहरीची गती। वर्णू मी किती या सुखा।।'* असे या अवस्थेचे आणखी एक वर्णन. अशा सुखाचे सेवन करणाऱ्या वैष्णवांना त्याचा मद चढणे हेदेखील स्वाभाविकच म्हणायला हवे. 'मग तया सुखाचेनि माजे। नाचती' असे ज्ञानेश्वरीतही म्हटले आहे. या मदोन्मत्त अवस्थेत *'भय नाही जन्म घेता। मोक्षसुखा हाणू तया।।'* इतक्या तीव्रतेने ते मोक्षाचाही अव्हेर करतात.

या वैष्णवांचा विश्वाकडे पाहायचा दृष्टिकोनही तुकोबा विशद करतात. त्यांना संपूर्ण पृथ्वी हरिहरात्मक म्हणजे 'ईशावास्य' वाटते. त्यामुळे लोकवस्तीचा त्याग करून अरण्यात जाण्याची इच्छा त्यांना होत नाही. त्याचप्रमाणे तीर्थक्षेत्राचा परिसर अधिक पवित्र म्हणून तिकडे जाऊन राहावे असेही त्यांना वाटत नाही.

तुकोबांचा हा मुद्दा अत्यंत महत्त्वाचा आहे. वैष्णव या पद्धतीने जीवन कसे जगू शकतात, त्यांचे जगणे हाच एक उत्सव का होतो याचे उत्तर देणारा हा मुद्दा आहे. ईश्वर विश्व निर्माण करून या विश्वातच राहिला. त्याची ही निर्मिती त्याच्यापेक्षा वेगळी नाही. त्यामुळे *'विश्वपण जावे। मग माते घेयावे। तैसा नव्हे आघवे। सकटचि मी।।'* या प्रकारची ही दृष्टी आहे. त्यामुळे वैष्णवांसाठी सर्व दिशा सारख्याच पवित्र. त्यांना कशाचा विटाळ नाही. त्यामुळे एका स्थळाचा त्याग करून दुसरीकडे जायची त्यांना गरजच नाही. *'तुका म्हणे त्यांनी। केली वैकुंठ मेदिनी।।'*

परमात्मसुखात मस्त असलेल्या वैष्णवांच्या संगतीत त्यांच्यासारखेच गात व नाचत वाटचाल केली तर चालण्याचे श्रम होत नाहीत. चालत असल्याची जाणीवच होत नाही. अशी ही वैष्णवांची मांदियाळी चालू लागली, की तिचे स्वागत करण्यासाठी प्रत्यक्ष श्रीहरीच सामोरा येतो. ही वाटचाल करताना कसलेही भय वाटत नाही. *'भयाची तो आम्हा चित्ती। राहो खंती शकेना।।'* शिवाय सर्व सहप्रवासी समविचारी असल्यामुळे कोठे विषम वेगळे वाटण्याची अडचणही येत नाही.

वैष्णवांचा हा मार्ग म्हणजेच भक्तिमार्ग होय. योग, याग, कर्म, ज्ञान इत्यादी मार्गांच्या तुलनेत हा मार्ग सोपा सरळ आहे. पण आरंभापासून अखेरपर्यंत सुखाचा आहे. आदि आणि अंत या दोन शब्दांत 'मध्य' हा या शब्दाचा अंतर्भाव आपोआपच होतो हे वेगळे सांगायची गरज नाही. काही मार्ग सुरुवातीला खडतर असतात; पण सवयीने म्हणा किंवा कशाने म्हणा पुढे पुढे ते सुखकारक वाटू लागतात. या उलट काही सुरुवातीला आकर्षक वाटतात; पण जसजसे पुढे जात राहावे तसतसे ते कठीण होतात. भक्तीचे तसे नाही. ती नेहमीच आनंददायी असते, कोणत्याही टप्प्यावर असा, साधक असा, मुमुक्षू असा, सिद्ध असा वा मुक्त असा. सर्वांना सर्व काळ सुखच देणारा हा मार्ग आहे.

इतर मार्गांमध्ये मनुष्यजीवन हे एक प्रकारचे ओझे असल्याची भावना असते. ते जितक्या लवकर उतरवता येईल तितके बरे. भक्तीत तसे नाही. ज्या जीवनामुळे भक्ती शक्य झाली त्याच्याविषयीची कृतज्ञता असते. त्याचा आनंद असतो व तो साजरा करण्याची, त्याचा उत्सव करण्याची ऊर्मी उमटत असते. नाचणे आणि गाणे हा या उत्सवाचाच भाग होय. असा उत्सव, उदाहरणार्थ, योगमार्गात शक्य नाही.

गौतम बुद्धांनी सद्धर्माची कसोटी सांगताना तो सुरुवातीला, मध्ये आणि शेवटी सुखकारक असावा असे म्हटले जाते. भक्तिमार्ग हा असाच असल्याचे तुकोबा सांगतात. विशेष म्हणजे हा मार्ग एकट्याने क्रमायचा नसतो – तर *'तुम्ही आम्ही खेळीमेळी। गदारोळी आनंदे।।'* असा सर्वांनी मिळून आनंदाने चालायचा असतो.

भक्तिमार्ग हा सुरुवातीपासून शेवटपर्यंत सुखरूप असल्याची ग्वाही तुकोबांनी दिलेली आहेच, त्याचेच स्पष्टीकरण प्रस्तुत अभंगामधून दिसून येते. '*झडझडोनी वाहिला निघ। इये भक्तिचिया वाटे लाग।*' असे ज्ञानेश्वरीही सांगतेच. त्याच वाटेचा व वाटचालीचा हा तपशील. भक्तीचा मार्ग हा सेव्यसेवकतेचा, सेवेचा मार्ग आहे. परमेश्वर हा सेव्य असून जीव भक्त होऊन त्याची सेवा करणारा सेवक असल्याचे हा मार्ग मानतो. असे सेवक सखे–सवंगडी गवळ्याच्या घरातील ही मुले कृष्णाची अनन्य भक्त होती. '*कोण ती भक्ती केली गोपाळी। काय ती सोवळी ओवळी। त्याचे उच्छिष्ट कवळ मी गिळी। प्रेम सप्रेमेली डुल्लत।।*' असे या बाळगोपाळांच्या निर्व्याज भक्तीचे आश्चर्ययुक्त वर्णन एकनाथांनी केले आहे. योग, ज्ञान, कर्म यांच्या वाटा वाकड्या आहेत. त्यांच्यात विघ्नेही भरपूर येतात. मात्र, ही बाळगोपाळांची वाट सरळ आहे, तिच्यात अडथळा नाही. तुकोबा सांगतात, की आम्ही याच वाटेने चाललो आहोत. आमचे चालणे सावकाश आणि सुखकारक आहे. सेवाभक्तीची ही वाट ज्यांना माहीत नाही ते अडचणीत सापडतात. '*तुका म्हणे सेव्य सेवकता ठावी। पडती तरी गोवी न पडती।।*' असे सखेद उद्गार तुकोबांनी अशा लोकांबद्दल काढले आहेत. विशेष म्हणजे ही वाट चालणारांची सोबत करून देव त्यांची पाठराखणही करत असतो. तो आपल्या या दासांच्या सतत बरोबर असतो. स्वत: तुकोबांचाच हा अनुभव आहे. '*जेथे जातो तेथे तू माझा सांगाती। चालविसी हाती धरूनिया।। चालो वाटे आम्ही तुझाची आधार। चालविसी भार सर्व माझा।।*'

भक्तीची ही वाट सरळ असल्यामुळे ती चुकायचा संभव नाहीच; पण समजा चुकलीच, तर '*चुकली ते वाट। पुढे सापडवी नीट।।*' असे त्यांना सावरायला देव उभाच आहे. या वाटेने चालणारांना श्रम झाला, थकले तरी त्यांना विपरीत ज्ञानादी भ्रम मात्र होत नाही, कष्ट झाले तरी भोवळ येत नाही. तो त्यांना सतत जागे ठेवतो. '*तुका म्हणे दृष्टी। उघडितो नव्हे कष्टी।।*' सेवाभक्तीच्या मार्गात अहंकाराचे पूर्ण विसर्जन, देवावर पूर्ण विश्वास आणि त्याच्यावर अवलंबित्व यांचा समावेश होतो.

परमेश्वर सर्वव्यापक आहे, तसाच तो सर्वसमर्थही आहे. उपमाच द्यायची झाली, तर समुद्राची देता येईल. समुद्राच्या पोटात लाखो जीव जगतात, वनस्पती वाढतात.

समुद्राला हजारो नद्या मिळतात. त्या सर्वांचे पाणी त्याच्यात सामावले जाते. एखादे वेळी पाऊस पडला नाही, तर नद्यांचे पाणी आटते, त्यांचा प्रवाह खंडित होतो; पण समुद्रात काही फरक पडत नाही, तो जसाच्या तसाच राहतो. अशा समुद्रासारखाच परमेश्वर अक्षोभ आहे.

आजपर्यंत नाना प्रकारच्या भक्तांनी त्याची नाना प्रकारे उपासना केली, त्याच्याकडे नाना प्रकारची मागणी मागितली, ती त्याने पुरी केली; पण त्याच्या स्वरूपात कणमात्रही कमी झाली नाही. तो होता तसाच आहे. *'न सरे लुटिता मागे बहुता जनी। जुनाट हे खाणी उघडली।।'*

या परमात्म्याचे स्वरूप कसे आहे. विचाराल तर त्याचा अंतपार लागत नाही, ठाव सापडत नाही. आकाश सामावले जाईल इतका तो व्यापक आहे आणि सूक्ष्मतेचा विचार केला, तर अतिसूक्ष्म अणूच्याही अंतरंगात तो असतो. *'तुका म्हणे नभा। परता अणूचाही गाभा।।'*

आता असा हा सर्वव्यापक, सर्वप्रविष्ट, अनंत, अपरंपार परमात्मा सर्वसामान्य माणसाच्या हाती कसा लागावा? त्याच्याशी त्याचा व्यवहार कसा व्हावा? त्याची भक्ती तरी करता येणे शक्य आहे का? तो मुळात आपल्या आवाक्यातच कसा येणार? तुकोबा सांगतात, की काही चिंता करण्याचे कारण नाही.

तो सगुण साकार रूपात आटोपशीर होऊन आपल्या इंद्रियांच्या कक्षेत येऊ शकतो. तो 'टाकी ऐसा' होतो – म्हणजे एखादा मूर्तिकार त्याची मूर्ती घडवतो, त्या मूर्तीत तो प्रतिष्ठित होतो, मूर्तीची पूजा त्याच्यापर्यंत पोहोचते, त्याला पावते आणि प्रसन्न होऊन, तो आपल्या भक्ताचे मनोरथ पूर्ण करतो. अर्थात, सर्वांच्या सर्व इच्छा पूर्ण करूनही त्याचे भांडार भरलेलेच राहते.

न सरे लुटिता मागे बहुता जनी। जुनाट हे खाणी उघडली।।
सिद्ध महामुनी साधक संपन्न। तिही हे जतन केले होते।।धृ।।
पायाळाच्या गुणे पडले ठाउके। जगा पुंडलिके दाखविले।।
तुका म्हणे तेथे होतो मी दुबळा। आले या कपाळा थोडे बहू।।

पंढरपूर येथे विटेवर उभा असलेला विठ्ठल म्हणजे भागवत धर्माच्या भक्तीचे अधिष्ठान. त्याची थोरवी खाणीच्या रूपकातून तुकोबांनी वर्णिली आहे. भक्तराज पुंडलिकाच्या निमित्ताने विठ्ठल पंढरीत अवतीर्ण झाला. तेव्हापासून अठ्ठावीस युगे झाली तरी तो पुंडलिकाच्या आग्रहामुळे तेथेच उभा राहून भक्तांचा उद्धार करत आहे, त्यांचे मनोरथ पुरवत आहे; पण तरीही तो होता तसाच आहे. लोकसमजूत अशी आहे, की पायाळू व्यक्तीमध्ये विशिष्ट प्रकारची तीव्र संवेदनशीलता असते, त्यामुळे तिला भूमिगत द्रव्य तसेच जमिनीतील पाण्याचा साठा नेमका कोठे आहे ते समजू शकते. पुंडलिक हा असाच पायाळू त्याला हे परमात्मरूपी भूमिगत गुप्तधन कोठे सापडेल याची जाणीव झाली.

'आला पुंडलिक भक्तराज। तेणे विठ्ठल वोळला सहज।।' त्याने ती जागा जगाला दाखवली. म्हणजेच तेथे ही विठ्ठलरूपी खाण उघडली. यापूर्वी सिद्ध, साधक, मुनींनी या खाणीतले सुवर्ण जतन करून ठेवले होते. सर्वसामान्य माणसाची तिथपर्यंत पोच नव्हती; पण पुंडलिकाने ही खाण सर्व जगासाठी खुली केली. कोणीही यावे, जमेल तेवढे धन लुटून न्यावे, त्याप्रमाणे अनेकांनी आपापल्या पदरात मावेल तितके धन नेलेदेखील. या जुनाट, युगारंभीच्या धनाचे वर्णन तुकोबांनी आणखी एका अभंगात केले आहे. 'जुनाट जुगादीचे नाणे। बहुत काळाचे ठेवणे। लोपले होते पारखेपणे। ठाव चळणे चुकविला।।' या जुनाट खाणीतील जुनाट धनाचे आणखी एक वर्णन –

'जुनाट हे धन अंत नाही पार। खात आले फार सरले नाही।।
नारद हा मुनी शुक सनकादिक। उरले अमुप तुम्हा आम्हा।।
येथूनिया धना खाती बहुत जन। वाल गुंज उणे झाले नाही।।
तुका म्हणे धना नाही अंतपार। कुंठित हे चार वाचा तेथे।।'
हेच धन तुकोबांच्या वाट्याला आले आहे व ते इतरांनाही देत आहेत.

धार्मिक मानल्या गेलेल्या अनेकांना देवाची पूजा करणे आवडते. त्यात ते बराच वेळही खर्च करतात. दीप, धूप, पुष्प, गंध इत्यादी सामग्रीचा उपयोग करून ते देवाला प्रक्षाळतात, त्याची आरती करतात, त्याला नैवेद्य दाखवतात, अशा भाविकांच्या अंत:करणातील भावाविषयी तुकोबांना कौतुकच वाटणार; पण तरीही आपल्या ईश्वराशी असलेल्या संबंधाचे प्रतिबिंब जगाच्या व समाजाच्या संबंधात पडायला हवे असा त्यांचा कटाक्ष होता. ईश्वराची भक्ती व जनसेवा ही परस्परपूरकच आहेत.

जो ईश्वरावर प्रेम करतो, तो लोकांचा तिटकारा कसा करेल? देवपूजेचे निमित्त सांगून लोकांविषयी आपले कर्तव्य कसे चुकवेल? देवाची सबब सांगून लोकांना टाळणारा कोणी आढळला, तर त्याच्या भक्तीबद्दल शंका घ्यायला काही हरकत नसावी. तुकोबा सांगतात, की भूतांचे पालन करणे ही देवाची पूजा होय आणि त्यांना कष्ट देणे म्हणजे देवाचा मत्सरच करण्यासारखे आहे. अवघी भूतमात्रे देवाचीच रूपे असतील, तर त्यांच्याकडे दुर्लक्ष करून देवपूजा करत बसणे योग्य नव्हे. *'हे एकेक शिकऊ काई। परि सेवकत्व आपुल्या ठायी। उरोनी येर सर्वही। मी सेव्य करी।।'* असे देवभक्तीचे रहस्यच ज्ञानेश्वरीने उलगडून दाखवले आहे. आपण स्वत: सेवक व उर्वरित विश्व देवरूप असल्यामुळे ते सेवा करण्यास योग्य असा त्याचा अर्थ. त्यामुळे रुसायचे, फुगायचे, रागवायचे असेल; तर आपल्या स्वत:वर, इतरांवर नाही. कारण, इतर सर्व श्रीहरीचीच रूपे आहेत.

आळंदीच्या लोकांनी ज्ञानेश्वर आणि त्यांच्या भावंडांवर संन्याशाची मुले म्हणून बहिष्कार टाकला होता. त्यांचा छळ चालवला होता, त्याला कंटाळून एकदा ज्ञानेश्वर आपल्या घराचे दार बंद करून आत बसून राहिले. त्यावर मुक्ताबाईंनी त्यांना त्यांच्या संतत्वाची जाणीव करून देणारे 'ताटीचे अभंग' रचले. त्यात संत कोणाला म्हणावे हे सांगितले आहे. ताटीच्या अभंगांचे सार तुकोबांच्या प्रस्तुत अभंगात सापडते. संत हा सर्व जीवांचा जीव असतो, तो त्यांचे पालन करतो, त्यांच्यापासून अलिप्त राहत नाही.

इहलोकातील मनुष्यजन्म दु:खाला कारणीभूत असल्यामुळे येथे येणे परमार्थसाधकांना आवडत नसते. ती दुर्भाग्याचीच बाब मानली जाते; पण तरीही येथील म्हणजे संसारातील काही विशिष्ट लोकांना तुकोबा 'धन्य' म्हणून गौरवतात. तुकोबांना या ठिकाणी संतच अभिप्रेत आहेत, हे वेगळे सांगायची गरज नाही.

वस्तुत: देवांना प्रिय असणाऱ्या संतांचा निवास देवाच्या लोकांत म्हणजे वैकुंठात असतो, तो वैकुंठलोक सोडून दु:खकारक अशा मृत्युलोकात यायची त्यांना काही गरज नसते; पण मुख्यत: त्यांच्या अंत:करणातील प्राणिमात्रांविषयीच्या दयेमुळे, त्यांच्याबद्दलच्या कळवळ्यामुळे त्यांचा उद्धार करण्यासाठी ते येथे जन्म घेतात, त्यात त्यांचा स्वत:चा असा काहीही स्वार्थ नसतो. सर्वश्रेष्ठ आणि अक्षय परमात्मसुख त्यांना लाभलेले असते; परंतु त्याचा त्याग करून ते या दु:खमय जगात अवतार घेतात तो केवळ उपकारबुद्धीने.

उपकारासाठी येथे आलेले संत कसे वागतात, याचेही वर्णन तुकोबा करतात. संत आपल्या स्वत:च्या देहाबद्दल म्हणजेच देहाच्या सुखदु:खाविषयी उदासीन असतात. देहाचे लालनपालन, कोडकौतुक करण्यात ते गुंतत नाहीत. उलट आपला देह ते लोकांसाठी चंदनासारखा झिजवतात. ते नेहमी सत्यच बोलतात; परंतु सत्य बोलतानाही त्यामुळे कोणाचे अंत:करण दुखावले जाणार नाही याची ते दक्षता घेतात. ज्ञानेश्वरांच्या भाषेत सांगायचे म्हणजे *'तैसे साच आणि मवाळ। मितले आणि रसाळ। शब्द जैसे कल्लोळ। अमृताचे।।'* संतांच्या मुखातील मधुर वाणीमुळे लोकांना त्यांच्याविषयी विश्वास वाटतो, ते आपले हितकर्ते उद्धारक असल्याची खात्री पटते.

अर्थात, सर्वच लोक संतांचे मनापासून स्वागत करतात असे मात्र नाही, खऱ्या संतांमुळे दांभिकांचे पितळ उघडे पडते, त्यामुळे ते त्यांना त्रास देतात. त्यांचा छळ करतात; पण तरीही त्यांच्यावर रागावून संत त्यांना शाप वगैरे देत नाहीत. त्यांची अशी कृत्ये अज्ञानापोटीच होत असतात असे समजून संत त्यांना क्षमाच करतात. अनेकांचे अनेक अपराध पोटात घालण्याइतके ते क्षमाशील असतात. त्यांच्या ओठांतील मधुर वाणी ही काही नाटकी अभिनय नसते. ओठात एक आणि पोटात दुसरेच अशी विसंगती संतांच्या जगण्यात नसतेच.

ईश्वर निर्गुण निराकार असल्यामुळे त्याच्याशी थेट संपर्क साधता येत नाही. म्हणून त्याच्या मूर्ती करून त्या मूर्तींची उपासना करावी लागते. ही उपासना त्याच्यापर्यंत पोहोचते, अशी भाविकांची श्रद्धा असते. तुकोबा या श्रद्धेला छेद देत नाहीत. ज्यांना कोणाला अशा मूर्तींच्या माध्यमातून ईश्वराची पूजा करायची असेल, त्यांना ती करू द्या; पण तुम्हाला संतांच्या रूपात परमेश्वर भेटू शकतो, संत हे देवच आहेत, असे तुकोबा सांगतात. त्यांच्या शिष्या बहिणाबाईसुद्धा हेच सांगताना दिसतात. *'संत तेचि देव संत तेचि देव। संत तेचि राव साधनांचे।। संत तेचि तप संत तेचि जप। संत हे स्वरूप ईश्वराचे।।'*

संत हे देवरूप आहेत एवढेच सांगून तुकोबा थांबत नाहीत. भक्ताच्या दृष्टीने विचार करता संत देवापेक्षा अधिक लाभदायक ठरतात, हेही ते आवर्जून सांगतात. देवाला आकार नाही. तो निर्गुण निराकार आहे; म्हणजेच तेथे कोणत्याही प्रकारचा व्यवहार करायला वाव नाही. त्याच्याशी काही बोलायला जावे, तर त्याला कानच नसल्यामुळे तो ऐकणार कसा? संतांचे तसे नाही. संत तुमच्या— आमच्यासारखी देहधारी माणसेच असल्यामुळे माणसांचे सर्व व्यवहार त्यांच्याशी होऊ शकतात. आपल्याला काय हवे ते आपण त्यांच्याकडे मागू शकतो, आपल्या शंका आपण त्यांना विचारू शकतो आणि त्यांचे समाधान ते करू शकतात. आपल्या इच्छा पूर्ण करायचे सामर्थ्य त्यांच्यात आहे. संत आपल्यासमोर साक्षात असल्यामुळे त्यांच्याशी जो व्यवहार होतो, तो जणू रोखीचा व्यवहार म्हणता येईल. त्यांच्याजवळ जिवाला देण्यासाठी खूप काही आहे, की ज्यामुळे त्याची भूक भागेल. 'सेवितो हा रस वाटितो आणिका', अशी संतांची वृत्ती असते. आपल्याला जे प्राप्त झाले, ते सर्वांना मिळावे, असे त्यांना वाटते.

संतांचे महत्त्व ठाऊक असल्यामुळेच तुकोबांनी स्पष्ट सांगितले आहे, की आपण देवपूजा म्हणजे अर्थातच देवाच्या प्रतिमेची पूजा करत असता. योगायोगाने संतांचे आगमन झाले तर त्या मूर्ती बाजूला ठेवून अगोदर त्या संतांची पूजा करावी. तसे न करता पूजाविधीचा एक भाग म्हणून देवाच्या मूर्तीच्या शिरी फुले वाहिली, तर देवाला ती दगड वाटतील. स्वत: तुकोबांची संतांवर दृढ श्रद्धा आहे व इतरांनीही ते जाणून तसेच श्रद्धावंत व्हावे, असेही त्यांचे सांगणे आहे. ते बहिणाबाईपर्यंत बरोबर पोहोचले *'बहिणी म्हणे संत देव हे प्रत्यक्ष। का रे न घ्या साक्ष मनामाजी।।'*

तुकोबांच्या काळीसुद्धा आजच्या प्रमाणेच स्वतःला संत म्हणवून घेणारे म्हणजेच स्वयंघोषित संत अस्तित्वात होते. पण त्यांच्या प्रत्यक्ष वर्तनाचा विचार केला तर त्यांच्या संततत्वावर विश्वास बसणे कठीणच! संतत्वाची कसोटी लागण्याच्या निर्णायक क्षणी अशा कथित संतांचे बिंग फुटते. या स्वयंघोषित संतांची परिस्थिती पावसाळ्यात दुथडी भरून, आवाज करत वाहणाऱ्या ओढ्यांसारखी असते. पावसाळा संपला की हे ओढे–वोहोळ कोरडे ठणठणीत! पाण्याचा थेंबसुद्धा त्यांच्यात मिळणार नाही.

तुकोबांच्या मते खरे संत हिऱ्याप्रमाणे असतात. खरा हिरा ऐरणीवर ठेवून त्याच्यावर घणाचे घाव घातले तरी तो फुटततुटत नाही. मात्र तोच जर हिऱ्यासारखा भासणारा कृत्रिम खडा असेल तर त्याचे तुकडे होतात. 'हिरा ठेविता ऐरणी। वाचे, मारिता जो घणी।। तोचि मोल पावे खरा। करणीचा होय चुरा।।' प्रस्तुत अभंगातही तुकोबा खरे संत हिऱ्यासारखे व खोटे संत गारगोटीसारखे असल्याचे सांगतात. या गारगोट्या लांबून हिऱ्यासारख्याच दिसतात, परंतु घणघाव पडला म्हणजे त्या फुटतात. मुद्दा असा आहे की संत हिऱ्याप्रमाणे सहनशील असतात. जगात वावरताना कोणत्याही प्रतिकूल परिस्थितीला सामोरे जाण्याची वेळ आली, लोकांनी कितीही त्रास दिला तरी ते विचलित होत नाहीत.

'तुका म्हणे तोचि संत। सोशी जगाचे आघात।।' संतांच्या या सोशिकतेची तुलना हिऱ्याशीच केली पाहिजे. 'तुका म्हणजे वीर्यावीर। संत धीर समुद्र।।' या चरणातूनही तुकोबा संतांच्या धैर्याची आणि शांतीची वाखाणणी करतात. ओढे फक्त पावसाळ्यातच वाहतात, एरवी ते कोरडेच असतात. नद्या अगदीच कोरड्या पडल्या नाहीत तरी त्यांचे पाणी आटते. समुद्राच्या बाबतीत असे होत नाही. तो तिन्हीही ऋतूंमध्ये भरलेलाच असतो. संतांचेही असेच आहे. मुळात ते आत्मनिर्भर आणि आत्मसंतुष्ट असतात. बाहेरील साधनसामग्रीवर ते कधीच अवलंबून नसतात. त्यांची शांती, त्यांचे समाधान हे त्यांना बाहेरून मिळणाऱ्या प्रतिसादावर अवलंबून नसते. याउलट जे संतत्वाचा आव आणतात ते प्रतिकूल परिस्थितीत सापडले म्हणजेच कसाला लागले की त्यांनी उसनी घेतलेली ही भूमिका त्यांना पेलवेनाशी होते. त्यांनी बळेच दाखवण्यापुरते दाबून ठेवलेले कामक्रोधादी विकार उफाळून येतात व त्यांचे खरे स्वरूप जगाला कळून चुकते.

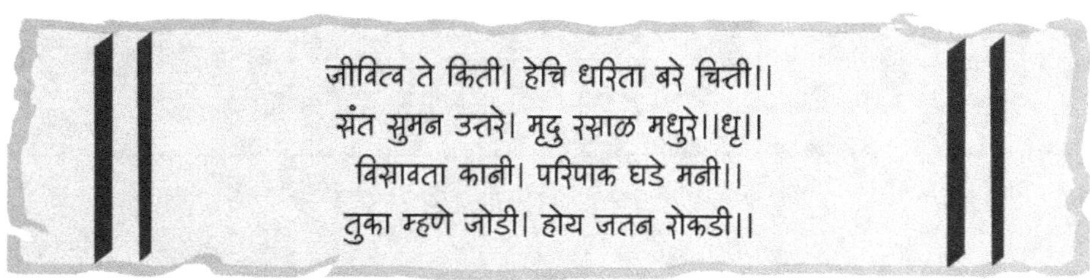

आपल्या मूळ ब्रह्मदशेला मुकून दु:खद अशा जीवदशेला आलेल्यांची धडपड मोक्ष मिळवण्याची म्हणजेच जीवदशा संपवून ब्रह्मावस्थेला जाण्याची असते. यालाच परमार्थसाधना म्हणतात. वेदान्त दर्शनात यासाठी गुरुमुखातून संप्रदायपूर्वक सत्शास्त्रश्रवण करावे लागते. पण गुरुने केलेला उपदेश अंगी लागण्यासाठी हा साधक विवेकवैराग्याने संपन्न व्हावा लागतो. श्रवणानंतरही त्याला त्या शास्त्रवचनांचे मननानिदिध्यासन करावे लागते. तुकोबा सांगतात, की संतांच्या वचनांमध्ये मात्र वेगळेच सामर्थ्य असते. संतांची वचने इतकी मृदू, रसाळ आणि मधुर असतात, की ती कानी पडल्या पडल्या त्यांचा मनावर अनुकूल असा परिणाम होतो. अशी वचने मनापासून ऐकली म्हणजे जीवदशा संपुष्टात येऊन साधक मोक्षाचा अधिकारी होतो. संतवचने इतकी प्रभावी असतात, की ती मनावर ठसून जी अवस्था प्राप्त होते ती अचल, अढळ असते. तिच्या संदर्भात संशय, विपर्यय असे अडथळे येऊन मागे येण्याची शक्यता नसते. संतांच्या या उपदेशाने जो लाभ होतो तो शाश्वत असतो.

संतवचनांचा महिमा स्पष्ट करताना तुकोबांनी श्रोत्यांकडूनही काही अपेक्षा व्यक्त केल्या आहेत. वक्ता आणि श्रोता यांच्यात काही एक ताळमेळ असावा लागतो. श्रोत्याची या वचनांवर पुरेशी श्रद्धा असली पाहिजे आणि त्यानुसार वागायची त्याची तयारी असावी लागते. असा समसमासंयोग असेल तरच तुकोबांना अपेक्षित असलेला 'परिपाक' घडून येईल. हा मुद्दा त्यांनी प्रस्तुत अभंगाच्या अगोदरच्या अभंगातून मांडलेला आहे. तो असा –

'धन्य शुद्ध जाती। धरी लौकरी परती।। ऐकिले तेचि कानी। होय परिपाक मनी।।धृ।।
कळवळा पोटी। सावधान हितासाठी।। तुका म्हणे भाव। त्याचा तोचि जाणा देव।।'

थोडक्यात, संतवचने स्वरूपत: प्रभावशाली आहेतच, परंतु तो प्रभाव पेलण्याची क्षमता श्रोत्यांमध्ये असण्याचीही तितकीच आवश्यकता आहे. औषधयोजना करताना वैद्यालासुद्धा रोग्याला कोणत्या औषधाची किती मात्रा पचेल याचा विचार करावा लागतो; परंतु त्याहीपेक्षा महत्त्वाची गोष्ट म्हणजे मुळात रोग्यालाच बरे होण्याची तीव्र इच्छा हवी आणि त्यानुसार नियमितपणे औषध घेण्याची त्याची तयारी पाहिजे. वैद्य सांगतील तसे पथ्यपाणीही त्याने सांभाळले पाहिजे. संवादाच्या आदर्श परिस्थितीत वक्त्याप्रमाणेच श्रोत्यांचीही कसोटी लागत असते. *'अवधान एकले दिजे। तरी सर्व सुखासी पात्र होईजे।'* अशी प्रतिज्ञा ज्ञानेश्वर करु शकले ते त्यांच्या समोरील अधिकारी श्रोत्यांच्या बळावर.

संतांचे जिवावर किती उपकार आहेत याचे तुकोबा कृतज्ञतापूर्वक वर्णन करतात. हे वर्णन करताना त्यांनी चंदनाचा दाखला दिला आहे. चंदन वृक्ष स्वत: सुगंधी असतोच; परंतु त्याच्या या सुवासाच्या प्रभावामुळे त्याच्या आसपास वाढलेली झाडेही सुगंधी होतात. इतकी की त्यांची लाकडेसुद्धा चंदन म्हणून खपवता येतात. या इतर झाडांचे उदाहरण म्हणून तुकोबा मुद्दाम बोरीचा उल्लेख करतात. बोरीचे झाड वाकडेतिकडे वाढलेले व विशेष म्हणजे काटेरी असते. पण तरीही चंदनाच्या सहवासाने ते चंदनासारखे सुगंधित होते. संतांच्या सहवासात आलेल्या सर्वसामान्य जिवाचा दर्जा असाच उंचावतो. त्याचा उद्धार करताना संत त्याचे गुणदोष पाहत नाहीत, तो कोणत्या जातीचा आहे याचा विचार करत नाहीत. त्याच्यातील सर्व प्रकारच्या उणिवांचे निराकरण करून संत त्याला 'सरते' करून घेतात. ही कल्पना समजून घ्यायला हवी.

पूर्वीच्या काळच्या समाजव्यवस्थेत जातीपातींचे फार प्रस्थ होते. एखाद्या व्यक्तीच्या अपराधाचा न्यायनिवाडासुद्धा जाती आपला आपणच करत असत. त्यानुसार तिला बहिष्कृत करण्याच्या म्हणजे जातीच्या बाहेर वाळीत टाकण्याचा अधिकारही जातीला असे. अशा व्यक्तीला परत जातीत घ्यायचे म्हणजे सरते करून घेण्याचीही तरतूद तेव्हा होती. या सर्वपरिचित प्रथेच्या दृष्टान्तातून तुकोबा सांगतात, की सर्व प्रकारे खाली घसरलेल्या कोणत्याही प्रकारची अनुकूलता नसणाऱ्या माझ्यासारख्या जिवास संतांनी आपल्यात सरते करून घेतले. *'सर्व भाग्ये हीन। ऐसी सांभाळिले दीन।।'* जिवाला नाना प्रकारच्या प्रतिकूल परिस्थितीचा मुकाबला करावा लागतो. तुकोबांनी एका दुसऱ्या अभंगात जीव हा यातिहीन, मतिहीन व कर्महीन असल्याचे सुचवले आहे. त्याचे हे नाना प्रकारचे हीनत्व किंवा उणिवा भरून काढून संत त्याला जवळ करतात व आपल्या बरोबरीने वागवतात. म्हणजेच सरते करून घेतात. उदाहरणच द्यायचे झाले तर ज्ञानेश्वरांच्या संदर्भात समकालीन संतांनी काढलेल्या संतांच्या उद्गारांचे देता येईल. जनाबाईसारख्यांनी त्यांना 'माऊली' समजून त्यांचे वर्णन केले आहे. *'न पाहे यातिकुळाचा विचार। भक्तकरुणाकर ज्ञानाबाई।। ज्ञानाबाई माझे अनाथांचे आई।।'* संतांच्या कार्याचे वर्णन करताना एकनाथांनीदेखील चंदनाचा दाखला दिला आहे. *'सर्वांगी सुवास परि तो उगला न राहे। सभोवती तरूवर चंदन करितचि जाये।।'*

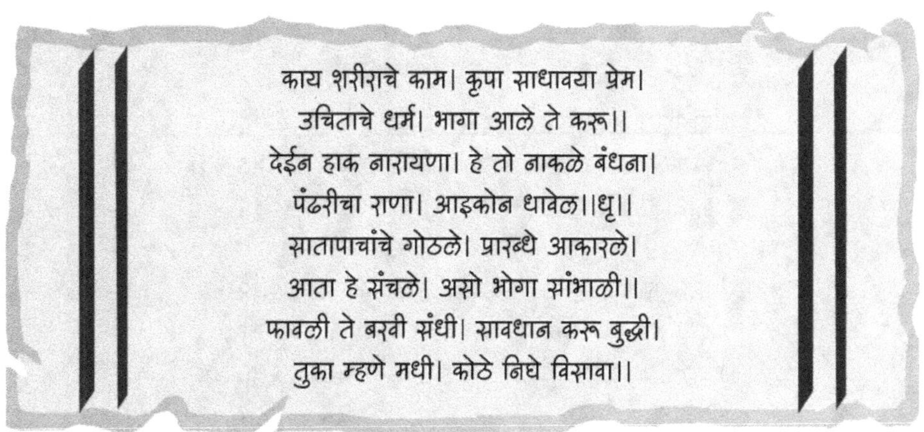

जीवदशेला असलेला मनुष्य हा मुळात केवळ आत्मरूप असला तरी आज प्रत्यक्षात देहधारी आहे. त्याला आपण देह नसून आत्मा असल्याचे समजले तरी देहाचे काय करायचे, हा प्रश्न उरतोच. याच पेचात सापडलेल्या तत्त्ववेत्त्यांना गोंधळल्यासारखे होते व ते शरीराकडे नकारात्मक दृष्टीने बघू लागतात. संकटाचे रूपांतर संधीत करणारे तुकोबा मात्र याच शरीरामुळे जिवाला चांगली संधी लाभली आहे असे म्हणतात. तिचा उपयोग करून बुद्धीला सावध करू व आळस झटकून थोडीसुद्धा विश्रांती न घेता अथक प्रयत्न करू, असे ते म्हणतात. या शरीराच्या साधनाने ईश्वराचे प्रेम व कृपा संपादन करता येते, ईश्वराला साद घालता येते.

अशा प्रकारे शरीराला भक्तीचे माध्यम केले तरी त्याच्या साहाय्याने करावी लागणारी कर्मे टाळता येणे शक्य नाही. शरीरधारणेसाठी आणि समाजव्यवस्था सुरळीत चालण्यासाठी कर्म करणे भागच आहे, किंवा तो धर्माचाच भाग आहे. धर्म समाजाची धारणा करतो खरी; पण केव्हा, त्याचे नीट पालन केले तर. एकीकडे भक्ती आणि दुसरीकडे स्वधर्मपालन असा शरीराचा उपयोग करण्याचा इरादा तुकोबा व्यक्त करतात. देहतादात्म्य सोडून, प्रारब्ध कर्ममुळे पंचभूतांच्या मिश्रणापासून तयार झालेल्या देहाच्या वाट्याला येणाऱ्या भोगांकडे तटस्थ वृत्तीने व अलिप्तपणाने पाहिले, तर त्याचा अडथळा न होता ते उपकारकच ठरते. *'याला भागासी तो करू व्यवसाय। परी राहो भाव तुझ्या पायी।।'* अशी ईश्वराला प्रार्थना करणारे तुकोबा *'शरीर ते करी शरीराचे धर्म। नको देऊ वर्म चुको मना।।'* अशी मनाचीही विनवणी करतात. पाच महाभूतांबरोबर मन आणि बुद्धी यांचाही विचार करावा लागतो. त्यानुसार शरीर ही 'सातापाचां'ची निर्मिती ठरते. आत्मा व अनात्मा यांचा बुद्धीच्या साहाय्याने विवेक करून मनावर अंकुश ठेवावा व मनाच्या द्वारे इंद्रियांवर नियंत्रण ठेवावे आणि एकूणच जीवन स्वधर्मयुक्त भक्तीच्या आचरणात व्यतीत करावे असे हे भागवतधर्माचे वर्मच तुकोबांनी प्रस्तुत अभंगातून सुस्पष्ट केले आहे. त्याचे सविस्तर विवेचन एकनाथांच्या भागवतात वाचायला मिळते.

सकळ चिंतामणी शरीर। जरी जाय अहंकार आशा समूळ।।
निंदा हिंसा नाही कपट देहबुद्धी। निर्मळ स्फटिक जैसा।।१।।
मोक्षाचे तीर्थ न लगे वाराणसी। येती तयापासी अवघी जने।।
तीर्थासी तीर्थ झाला तोचि एक। मोक्ष तेणे दर्शने।।धृ।।
मन शुद्ध तया काय करिती माळा। मंडित सकळा भूषणांसी।।
हरीच्या गुणे गर्जनाती सदा। आनंद तया मानसी।।२।।
तन मन धन दिले पुरुषोत्तम। आशा नाही कवणाची।।
तुका म्हणे तो परिसाहूनि आगळा। काय महिमा वर्णू त्याची।।३।।

हरिभक्ताचा महिमा गाताना तुकोबांच्या शब्दसागराला जणू भरती येते. पण याचा अर्थ असा नाही, की तुकोबा त्यात आलंकारिक अतिशयोक्ती करतात. प्रस्तुत अभंगात तुकोबा सांगतात, की अशा हरिभक्ताने सर्व दुःखांची जननी असलेल्या आशेला तिच्या मुलासकट म्हणजेच अहंकारासकट जणू खणून काढलेले असते. तो कोणाची निंदा करत नसतो, त्याच्या हातून कोणाची हिंसाही घडत नाही. तो कोणाविरुद्ध कधीही कपट कारस्थाने रचत नाही. मी, माझे हे अहंकारी देहतात्म्यच नसल्यामुळे त्याचे शरीर स्फटिकासारखे शुद्ध असते. असा मनुष्य आपल्यात असणे ही केवढी भाग्याची गोष्ट आहे. वाराणसी क्षेत्राला भाविक मंडळी मोक्षप्राप्तीसाठी जात असतात. परंतु हा हरिभक्त तीर्थाचेही तीर्थ होतो. लोक वाराणशीला जाण्याऐवजी त्याचेच दर्शन घ्यायला येतात. त्यामुळे मोक्ष मिळेल अशी त्यांची श्रद्धा असते. या भक्ताचे मन इतके शुद्ध, विकाररहित असते, की त्याला भक्ताची बाह्य चिन्हे धारण करायची गरजच वाटत नाही. त्याने आपले तन–मन–धन देवाला समर्पित केलेले असते. तो कोणाकडून कशाचीही अपेक्षा ठेवत नाही. भजनानंदात सतत निमग्न असलेला हा भक्त सतत हरीचे गुण गात असतो. तुकोबा असेही सांगतात, की त्याचा महिमा शब्दांत मांडणे अवघड आहे. त्याला ज्याची उपमा द्यावी, असा पदार्थच दिसत नाही. कोणत्याही उपमानापेक्षा उपमेय असलेला हा भक्तच अधिक श्रेष्ठ असल्याचे लक्षात येते. उदाहरणच द्यायचे झाले तर परिसाचे घेता येईल. परिसाचा स्पर्श झाला म्हणजे लोखंडासारखा हीन धातूसुद्धा सोने बनतो. (*'आपुल्या महिम्याने। धातु परिसे केले सोने।।'*) परंतु हा परिस लोखंडालाच काय सुवर्णलासुद्धा परिस करू शकत नाही. भक्तिमार्गातील संतमहात्मे मात्र आपल्या सहवासात येणाऱ्या सामान्य जिवांनासुद्धा आपल्यासारखे करून सोडतात. नारदमुनींचा सहवास वाल्या कोळ्याला काही क्षणांपुरताच मिळाला असेल, पण तेवढ्याने त्याचा पालट झाला व तो वाल्मिकी ऋषी बनला. 'आपणासारखे करिती तत्काळ' या कोटीतील या महाभागांचा मोठेपणा किती सांगावा!

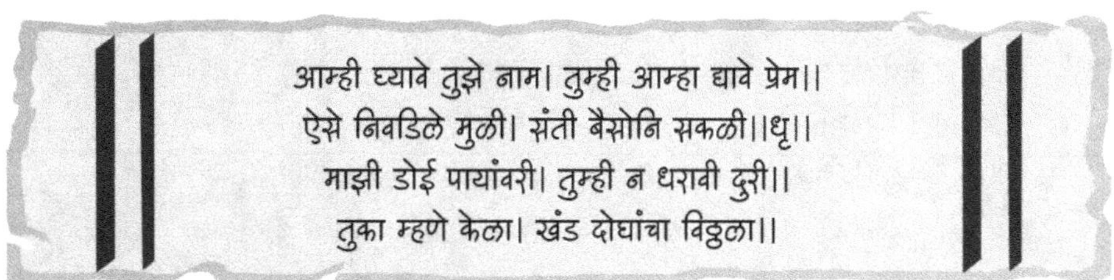

तुकोबा या अभंगामधून देव आणि संत यांच्यात झालेल्या एका पवित्र कराराची आठवण करून देतात. हा करार जुन्या करारात उल्लेखलेल्या 'Covenant'ची आठवण करून देतो. ईश्वर आणि ज्यू किंवा यहुदी लोक यांच्यामध्ये अशा प्रकारचा करार झालेला होता.

तुकोबा ज्याच्याकडे बोट दाखवतात, तो करार विशिष्ट जमातीपुरता वा धर्मापुरता मर्यादित नाही, हा करार किंवा निवाडा संतांनी एकूणच जीवमात्रांसाठी घडवून आणला आहे. *'संत साक्षी या वचना। त्यांसी ठाऊक या खुणा।।'*

जिवाने देवाचे नामचिंतन करायचे आणि देवाने त्या जिवाला प्रेम द्यायचे, जिवाने आपले मस्तक देवाच्या पायांवर ठेवायचे व देवाने त्याचा अव्हेर न करता अर्थात त्याच्यावर कृपा करायची, असे या कराराचे अथवा खंडाचे स्वरूप आहे. हा करार सर्व संतांनी एकत्र बसून, देवावर जणू दबाव आणून घडवला आहे! ते याचे मध्यस्थ आहेत. देव या कराराचा भंग करत आहे, असा संशय येताक्षणीच तुकोबा सावध होऊन देवाला इशारा देतात. *'तुका म्हणे आता आलो खंडावरी। प्रेम देऊनी हरी बुझवावे।।'*

ईश्वरी प्रेम हा मनुष्याचा जणू जन्मसिद्ध हक्क असल्याचे तुकोबा सांगतात. या हक्काची सनद संतांकडे असून, ती आपल्याला सापडल्याचाच दावा तुकोबा करतात. *'मुळीचे लिहिले। आता मज सापडले।।'*

प्रसंगी साक्षात ईश्वराला आव्हान देण्यास तुकोबा बिचकत नाहीत, याचे मुख्य कारण म्हणजे संत आपल्या पाठीशी आहेत, याची त्यांना असलेली खात्री. *'मज संतांचा आधार। तू एकले निर्विकार।।'* त्यामुळे कधी जिवाच्या नैसर्गिक हक्कांसंबंधी संशयाची परिस्थिती निर्माण झाली, की *'चल जाऊ संतांपुढे। निवडू या खोटेकुडे।।'* असे ते देवाला बजावतात.

देव, जीव आणि संत ही वारकरी संप्रदायाची त्रिपुटीच आहे. जीव आणि देव यांच्यामध्ये संत उभे आहेत. त्यांनी देवाला जिवांसाठी पंढरीला विठ्ठलाच्या रूपात विटेवर उभे केले. त्यानंतर देवाशी व्यवहार करायचा तो संतांना मध्ये घालूनच असा या संप्रदायात जणू परिपाठ किंवा पायंडाच पडला. संतांची साक्ष काढणे, त्यांचा हवाला देणे, त्यांची शपथ घालणे हे प्रकार संतसाहित्यात, विशेषत: तुकोबांच्या अभंगवाणीत नेहमी दिसून येतात. याही अभंगात तुकोबा आपण जे काही करत आहोत ते संतांच्या मार्गाने वाटचाल करतच करत आहोत; स्वतःच्या मताप्रमाणे नाही हे स्पष्ट करतात. पण त्यामुळे देवानेही त्यांना तसाच प्रतिसाद द्यायला हवा अशी अपेक्षा ते करतात. *'आता आवश्यक करणे समाधान। पाहिले निर्वाण न पाहिजे।। केले तरी आता सुशोभ्य करावे। दिसते बरवे संतांमाजी।।'* देवाने आपल्या लौकिकाला साजेसे वागावे, आजवर चालत आलेली परंपरा मोडू नये *'जुने करू नये नवे। सांभाळावे ज्याचे त्याने।।'*

तुकोबा देवाला जिवांच्या वतीने आठवण करून देतात की तुला येथे आजवर संतांनी कटीवर हात ठेवून विटेवर उभे करून ठेवले आहे ते कशासाठी हे विसरू नकोस. त्यांनी तुला नुसते उभे केले नाही तर आम्हा जिवांना प्रेम देऊन आमचा उद्धार करायला सांगितले आणि ते तू मान्यही केलेस आणि आम्ही तरी वेगळे काय मागतोय? तुझ्याकडे जे आहे आणि जे तू देण्याचे मान्य केले आहेस, इतकेच नव्हे; तर आजवर देतही आला आहेस तेच! ते तू आम्हाला द्यावेस... आमच्या वेळी असे कृपण होऊ नयेस. नाही तर आम्हाला दाद मागण्यासाठी संतांकडे जावे लागेल. ते आपल्या मूळ व्यवहाराचे साक्षीदार आहेत. *'संत साक्षी या वचना। त्यांसी ठाऊक या खुणा।।'*

देवाने असे का वागावे या विषयीचे वेगवेगळे तर्कही तुकोबा देवालाच ऐकवतात. त्याच्या नामाचे सामर्थ्य आता कमी झाले आहे का? की तो स्वतःच वृद्ध झालाय? कारण काही का असेना, पण संतांशी केलेल्या कराराप्रमाणे देवाने वागायला हवे हे मात्र खरे!

ज्याची खरी सेवा। त्याच्या भय काय जीवा?
करिता स्वामीसेवे वाद। अधिकाधिक आनंद।।धृ।।
असावा तो धर्म। मग ग्राहो जाते वर्म।।
वदे वाग्देवी। तुका विठ्ठली गौरवी।।

तुकोबाराय देवाशी सलगी करत, त्याला उद्देशून प्रसंगी अपशब्दही वापरत. ते पाहून काही लोक निश्चितपणे अस्वस्थ होत असणार. त्याच्या औचित्याविषयी तसेच तुकोबांच्या अधिकाराविषयीही काही प्रश्न उपस्थित करत असणार. बहुधा, त्याच संदर्भात तुकोबांनी प्रस्तुत अभंगातून आपली भूमिका स्पष्ट केली असावी.

देवाशी वाद ही गोष्ट तुकोबांच्या अभंगांत पदोपदी आढळून येते. '*वादे मारी हाका। देवा, ऐकवितो तुका।।*' असा त्यांचा बाणाच होता. एरवी देव आणि भक्त यांच्यातील संबंध स्वामी – सेवकाचा असल्यामुळे सेवकाने स्वामीशी मर्यादा सांभाळून वागावे, आपल्या पायरीवर राहावे अशी साधारण अपेक्षा असते व तोच रूढ रीतिरिवाज आहे. '*सेवके करावे सांगितले काम। तेथे हूंतूपण कामा नये।।*'

पण त्याहीपुढे जाऊन तुकोबा असेही सांगतात, की ज्या सेवकाची सेवा चोख आहे, ज्याने कोणत्याही प्रकारचा कामचुकारपणा न करता सदैव स्वामीचे हितच चिंतले आहे व स्वामिकार्यासाठी तन–मन–धन वेचले आहे, अशा सेवकाला विशेष नैतिक अधिकार प्राप्त होतो. त्याच्या बळावर तो प्रसंगी स्वामीबरोबर वादही करु शकतो. त्याची त्याला भीती तर वाटत नाहीच; पण स्वामी पुरेसा गुणग्राहक व कदर करणारा असेल, तर त्यालाही अशा वादामुळे आनंदच होईल. सेवकाने जर आपला सेवाधर्म नीट पाळला, तर स्वामी त्याचे वर्मस्पर्शी बोलणे सहन करील. '*आता हालमाकलमे। भांडोनिया काढू वर्मे।।*' असा आपला स्वत:चा इरादा तुकोबा व्यक्त करतात, तो त्यांना आपण सेवकधर्मचे पालन करत असल्याची खात्री असल्यामुळेच! अशा एकनिष्ठ सेवकाचा शब्द स्वामी खाली पडू देत नाही. '*तुका म्हणे शिकविले। माझे ऐकावे विठ्ठले।।*' असा स्वत: तुकोबांचाच या बाबतीतील अनुभव आहे.

'*बोलविले तेचि द्यावे। उत्तर व्हावे ते काळी।।*' म्हणजे यांनी जणू 'प्रॉम्प्टिंग' करावे आणि देवाने त्यानुसार बोलावे, या पातळीवरील तुकोबांचा अनुभव आहे. तुकोबांची वाणी बोलते आणि साक्षात विठ्ठलच तिचा गौरव करतो, तिला अधिमान्यता देतो. तुकोबाही तितक्याच अधिकृतपणे सांगतात, की '*आता येथे कैसा तुका। बोले सिका स्वामीचा।।*'

तुकोबांनी देवाच्या विरोधात दावा दाखल केला आहे किंवा ते देवाबरोबर भांडत आहेत! देवाशी अशा प्रकारे बरोबरीच्या नात्याने भांडण्याचा, त्याला जाब विचारण्याचा विचारही धक्कादायक वाटावा असा आहे. पण ती तर तुकोबांची 'खासियत' आहे.

देवाचे औदार्य व कृपाळूपणा यांचा उल्लेख तुकोबा सुरुवातीलाच करतात. त्याबद्दल त्यांचे दुमत नाही, त्यांना कसली शंकाही नाही. *'तुझे औदार्य जाणो स्वतंत्र। देता न म्हणसी पात्रापात्र। वरी कैवल्याऐसे पवित्र। वैरियांही दिधले।।'* या शब्दांत ज्ञानेश्वरीत या औदार्याची महती गाइली गेली आहे. पण मग अशा उदारकृपाळ देवाने तुकोबांची अशी कोणती मागणी अमान्य केली म्हणून त्यांनी त्याच्याशी दावा मांडावा?

सत्ता, संपत्ती, सुख, मोक्ष यांच्यापैकी कोणतीही गोष्ट तुकोबांनी मागितली नव्हती. त्यांना फक्त खुद्द देवच हवा होता. देवाला तर सवय अशी की भक्ताने काही तरी मागावे आणि याने ते देऊन टाकून त्याची बोळवण करावी; पण तुकोबासारख्या संतांना पूर्वीच्या या भक्तांची भूमिकाच पसंत नव्हती. संत नामदेवांनी अशा काही भक्तांचा उल्लेख केला आहे.

शरण आला तुज मूर्ख बिभीषण। लंका राज्य तेणे मागितले।।

उपमन्यु बालक दुधाचा पै छंद। तैसा मी मतिमंद नव्हे देवा।।

अज्ञान बालक ठकविला धुरू। तैसा मी अधिरू नव्हे देवा।।

बिभीषण, उपमन्यू, ध्रुव यांना देवाने काहीतरी देऊन फसवले. तुकोबा आता त्याला पकडून ठेवतात. त्याला बजावतात की मी तुझ्यासाठी संसारावर पाणी सोडले, वाताहत होऊ दिली. *'कोणासाठी केली संसाराची होळी। या पायांवेगळी मायबापा।।'*

तुकोबा देवाला याचीही आठवण करून देतात की आपल्या सर्व इंद्रियांना, इच्छाआकांक्षांना बाह्य विषयांपासून परावृत्त करून देवाकडे वळवले आहे. *'तुका म्हणे आम्हा ऐहिक्य परत्री। नाही कुळगोत्री तुजविण।।'* अशा परिस्थितीत देव जर त्यांना दुसरे काही प्रलोभन दाखवत असेल तर ते त्यांना कसे मान्य होणार? मग भले ते प्रलोभन मोक्षाचे का असेना! मोक्षासाठी जीव टाकणारे जे ब्रह्मज्ञानी असतील त्यांना तू 'सोहंकोहं' म्हणजे मी कोण आहे तर ब्रह्मच आहे अशा ज्ञानाच्या गोष्टी सांग. मला त्याची मातब्बरी नाही *'घेसी आढेवेढे मुक्तीचिया मिसे। चाळीव जा पिसे ब्रह्मज्ञानी।।'* मला ना भोगात स्वारस्य आहे, ना मोक्षात. तुझ्या पायी मिठी घातली आहे. तुला सोडणार नाही. शेंडी तुटो वा पारंबी!

परमात्मा नावाच्या सर्वव्यापक सत्तेचा साक्षात्कार झाल्यानंतर स्वत:चे वेगळे अस्तित्व उरत नाही. आपण त्या अखंड व एकरस सत्तेचे भाग बनून जातो. खरे तर 'भाग' हा शब्दसुद्धा अप्रस्तुत आहे. त्या अंतिम सत्तेत देशकालाने होणारे भाग नाहीतच. *'तुका म्हणे सत्या नाही पाठीपोट । ते असे निघोट भरूनिया।।'* याच उच्च आध्यात्मिक अनुभूतीचे वर्णन तुकोबा या अभंगातून करतात. त्यासाठी त्यांनी प्रलयकालाचा दृष्टान्त योजला आहे. विश्वाची उत्पत्ती आणि अंत यासंबंधीचे चित्रण बहुतेक सर्वच धर्मांनी व संस्कृतींनी केलेले आहे. विज्ञानाचाही तो विषय आहेच. त्यातूनच काही कथात्मक स्पष्टीकरणे पुढे आली. प्रलय किंवा महाप्रलय हे विश्वाच्या विनाशाचे असेच एक स्पष्टीकरण आहे. या प्रलयात महावृष्टीने म्हणा किंवा कशाने म्हणा, सर्व विश्व जलमय होऊन जाते. तेथे नदी, सरोवर, समुद्र असा भेद उरतच नाही. संपूर्ण अवकाशच पाण्याने व्यापून टाकल्यावर भेद कसा आणि कशात करणार? जणू काही पाण्याने पाण्यालाच कोंडून टाकावे अशी ही परिस्थिती असते. यालाच कल्पान्त असे म्हणतात. याच स्थितीचे वर्णन व स्पष्टीकरण करणारा दुसरा एक अभंग याच अभंगाच्या लगत वाचायला मिळतो. *'कोणापाशी द्यावे माप। आपी आप राहिले।। कासयाची भरोवरी। काय दुरी जवळी।।'* कल्पान्तीच्या या जलप्रलयातील जलाचे माप कसे करणार?

विश्व होणे म्हणजे एकविध सत्तेचे बहुविध होणे. त्या प्रक्रियेचे स्पष्टीकरण करणारा एक दाखला तुकोबांनी उपरोक्त दुसऱ्या अभंगात दिलेला आहे. *'एके दाखविले दहा। फाटा पाहा पुसून।।'* एक या आकड्याची रेघ पुसली म्हणजे शून्य उरते. हे शून्य त्या एकावर ठेवले तर दहाचा आकडा सिद्ध होतो. तुकोबा शून्यास रेघ जोडून एक होतो असे म्हणत नाहीत, कारण मग शून्य हेच मूळ होऊन ते शून्यवादाचे तत्त्वज्ञान होईल, जे त्यांना मान्य नाही.

कल्पान्तीच्या जलप्रलयाची उपमा कमी पडते. म्हणून की काय तुकोबा आणखी एक दृष्टान्त देतात. कल्पांताच्या काळी सूर्याचेही अस्तित्व उरणार नाही. त्यामुळे उदय आणि अस्त या कल्पनाही निरर्थक ठरतात. परमार्थात प्राप्त होणारी अंतिम अवस्थेची तुलना या अशा प्रलयाशीच करता येईल. सर्व बहुविधतेचा निरास होऊन एकच सत्ता तेव्हा उरलेली असेल. तिला ब्रह्म म्हणा किंवा आणखी काही.

संतांचे उपास्य दैवत म्हणजे पंढरपूर क्षेत्रात विटेवर उभा असलेला विठ्ठल. या विठ्ठलाला त्यांनी माऊलीच्या म्हणजे आईच्या रूपात पाहून 'विठ्ठल' या नावाने साद घातली; परंतु हा विठ्ठल अर्जुनाला गीता सांगणारा श्रीकृष्णच आहे अशीही मराठी मनाची श्रद्धा होती. तेव्हा साहजिकच तुकोबा *गीता जेणे उपदेशली। ते हे माऊली विटेवरी।।*' असे म्हणाले. प्रस्तुत अभंगातही ते आम्हाला या माऊलीची जोड झाली असल्याचे सांगतात.

तत्त्वज्ञानाच्या पातळीवर या संतांनी कृष्णाने सांगितलेली गीता आपला प्रमाणभूत धर्मग्रंथ म्हणून स्वीकारला (व 'ज्ञानेश्वरी' या त्याच्या मराठीतील भाष्याला तेच स्थान दिले) तरी कृष्णाच्या चरित्रातील त्याने गोकुळात केलेल्या बालचरित्राला महत्त्व दिले. धर्मरक्षणासाठी अवतार घेतलेल्या कृष्णाने अनेक राक्षसांचा संहार केला असला, तरी त्याच अवतारात त्याने गोकुळातील गाई, गोप–गोपी यांना भक्तिसुख दिले. गोपाळांबरोबर तो गाई राखायला रानात गेला, तेथे त्यांच्याबरोबर नानाविध खेळ खेळला आणि स्वतःसह त्या सर्वांच्या शिदोऱ्या एकत्र करून त्या काल्याचे सेवन एकत्रितपणे केले. भक्तिप्रेमसुखाच्या या कृष्णलीलांचे वर्णन करणे हा संतांचा आवडता छंदच होता. गोकुळात जन्मलेल्या या ईश्वरी अवताराने आपले ईश्वरपण बाजूला ठेवून गुरे राखणाऱ्या गवळ्याच्या मुलाचा वेष म्हणजे खोळ धारण केली तेव्हा ब्रह्मदेवासह सर्वच देवांना हे काय चालले आहे याचा उलगडाच होईना. हातात काठी व मोहरी आणि बासरीसारखी लोकवाद्ये घेऊन ही स्वारी गाई वळू लागली, गाईच्या पाठी धावू लागली तेव्हा देवादिकांना आश्चर्य तर वाटलेच, परंतु कृष्णाचा सहवास लाभलेल्या गोपाळांच्या भाग्याचा हेवाही वाटला! *काय ते पुण्य केले गोपाळी। काय ती सोवळी की ओवळी। त्यांचे उच्छिष्टकवळ मी गिळी। प्रेमसप्रेमेळी डुलत।।*' असे या सोहळ्याचे वर्णन एकनाथांनी भागवतामध्ये केले आहे. कृष्णदेवाची संगत आणि पंगत या गोपाळांना मिळत आहे, ही मुले काल्याच्या निमित्ताने त्याचे उच्छिष्ट भक्षण करत आहेत, इतकेच नव्हे; तर तो स्वतःही त्यांचे उच्छिष्ट घास आनंदाने खातो आहे, हे पाहून त्यांच्या भाग्याचा हेवा कोणाला वाटणार नाही? हाच तो द्वापरयुगातील कृष्ण आज कलियुगात विठ्ठलाच्या रूपाने पंढरीत अवतरला आहे. या 'कृष्णाई–विठाई–कान्हाई माऊली'ची जोड आम्हाला झाली आहे. आम्हीही तितकेच भाग्यवान आहोत.

चंद्रभागेच्या तीरावर संपन्न होणाऱ्या किंवा साजऱ्या करण्यात येणाऱ्या काला नावाच्या भक्तीच्या उत्सवाचे – समारंभाचे नाते यमुनेच्या तीरावर बालकृष्णाने गवळ्यांच्या मुलांबरोबर केलेल्या काल्याशी लागत असल्यामुळे पंढरीच्या काल्यात भाग घेणाऱ्या तुकोबांसारख्या वैष्णवाग्रणीला त्याचा सार्थ अभिमान वाटणे साहजिक होते. हा अभिमान, आत्मविश्वास व आत्मजाणीव तुकोबा प्रस्तुत अभंगातून व्यक्त करत आहेत. आषाढी–कार्तिकीच्या एखाद्या महत्त्वाच्या वारीच्या प्रसंगी काल्याचे कीर्तन करण्याचे काम तुकोबांकडेच आले असावे व त्यांनी बहुधा त्याच वेळी हा अभंग रचला असेल. अशा प्रकारचा काला करणारे आम्ही वैष्णव भूतलावरील शूरवीरच आहोत, असा आत्मप्रत्ययाचा उद्गारही तुकोबा या अभंगात काढतात यावरून काल्याचे महत्त्व लक्षात यावे. पहिल्यांदा तुकोबा आपली ओळख आपण धारण करत असलेल्या अलंकाराच्या उल्लेखाने करून देतात. त्यांनी धारण केलेल्या तुळशीच्या माळेचा मेरुमणी हाच कृष्णमणी होय. ते कृष्णाच्या अर्थात विठ्ठलाच्या संप्रदायाचे आहेत. याच देवतेमुळे त्यांना आपल्या शब्दांच्या माध्यमातून सर्व जग प्रकाशित करता आले. सर्वांना ईश्वरी ज्ञान देता आले. कीर्तन हे अशा प्रकारचे ज्ञान देण्याचे व्यासपीठ आहे. अर्थात सदरच्या या म्हणजे काल्याच्या कीर्तनाची आता प्रत्यक्ष काल्याच्या प्रसादाने सांगता होत आहे. काला वाटण्याच्या, एकमेकांना भरवण्याच्या क्रियेचा हा उद्देश आहे. अशा प्रकारचा काला ब्रह्मादी देवांच्या लोकांमध्येही नाही. *'तुका म्हणे काला वैकुंठी दुर्लभ। विशेष तो लाभ संतसंगे।।'*, *'ब्रह्मादिकांसी हे दुर्लभ उच्छिष्ट' 'वैकुंठी तो ऐसे नाही। कवळ काही काल्याचे।।'* इत्यादी अनेक ठिकाणी तुकोबा काल्याचे महत्त्व अधोरेखित करतात. असा काला त्यांना सेवन करायला मिळत असल्याने ते ब्रह्मादी देवांना वाकुल्या दाखवत आहेत.

देवांच्या वैकुंठादी लोकांमध्ये काला नावाचे देवाचे व देवभक्तांचे उच्छिष्ट मिळत नसल्यामुळे ते अगोदरच गोपाळांचा वा वैष्णवांचा हेवा करत असतात. आता त्यांना थोडे खिजवायला हरकत नसावी. एरवी अमरत्व, अमृतपान, दिव्य देह इत्यादी गोष्टींच्या बळावर ते आपले श्रेष्ठत्व मिरवत असतातच. तेव्हा त्यांना चिडवण्यात गैर काहीच नाही.

देवाचे देवपण प्रकट व्हावे म्हणून भक्तांनी जीवदशेचा अंगीकार करून जाणीवपूर्वक पतितत्व स्वीकारले; पण देव ते विसरला तेव्हा त्याला त्याची आठवण करून द्यायलाच हवी. *'सोसोनी विपत्ती। जोडी दिली तुझे हाती।। त्याचा हाचि उपकार। अंती आम्हासी वेव्हार।।'* थोरांना उपकाराचे स्मरण नसते असे म्हणतात, ते खरेच असावे, त्यामुळे ते करून देणेही भाग आहे. देवाची स्तुती करणारी अनेक विशेषणे आहेत. त्यातील 'पतितपावन' या विशेषणाचा उल्लेख करून तुकोबा देवालाच विचारतात, की मी जर पतित नसतो, तर तुला पतितपावन असे म्हणण्यास वावच मिळाला नसता. त्याच शब्दावर कोटी करून ते म्हणतात, की तुझ्या या नावात माझे नाव आधी येते. परिसाचे सामर्थ्य सिद्ध होण्यासाठी लोखंडाच्या अस्तित्वाची गरज आहे. याच लोखंडाला परिसाचा स्पर्श झाला, तर त्याचे सोन्यात रूपांतर होते, एरव्ही परीस दगडासारखाच, नव्हे एक प्रकारचा दगडच! 'कल्पतरू' या नावाचा एक वृक्ष असतो, त्याच्याखाली बसून जी इच्छा करू, ती सफळ होते; पण जोपर्यंत एखादा गरजू मनुष्य तेथे जाऊन, छायेत बसून काही मागत नाही, तोपर्यंत तो कल्पतरू आहे, हेदेखील कोणाला कळणार नाही. आहे एक कोणते तरी झाड, असेच लोक म्हणत राहतील. त्याचप्रमाणे देवाचे देवपण त्याची पूजा-प्रार्थना करणाऱ्या जिवावर अवलंबून आहे. हा जीव पतित आहे, त्याचा त्याने उद्धार करायचा असतो. तसे केले तरच त्याचे पतितपावन हे नाव सार्थ होईल व देवत्वही सिद्ध होईल.

उद्धाराची प्रार्थना करणाऱ्या जिवाच्या पाप-पुण्याची सबब देवाने सांगू नये. देवाच्या सत्तेपुढे पाप-पुण्यासारखी प्रारब्ध कर्मे अधिक बलिष्ठ आहेत की काय? *'माझे प्रारब्ध हे गाढे। तू बापुडे तयापुढे।।'* आणि खरेच तसे असेल तर इथून पुढे 'पतितपावन' हे ब्रीद मिरवण्याचे तू सोडून दे. *'सोडवीन आता ब्रीदे तुझी पंढरीनाथा।।'*

थोडक्यात, सत्ता नसेल किंवा असलेली सत्ता राबवता येत नसेल, तर सत्तावाचक विशेषणे नाममात्र - निरर्थक ठरतात हे लक्षात घे.

आमुचिया भावे तुज देवपणा। हे का विसरून राहिलासी।।
समर्थासी नाही उपकार स्मरण। दिव्या आठवण वाचूनिया।।धृ।।
चळणवळण सेवकाचे मुळे। निर्गुणाचे मूळ सांभाळावे।।
तुका म्हणे आता आलो खंडावरी। प्रेम देऊनि हरी बुझवावे।।

ईश्वर मुळात निर्गुण निराकार आहे, त्याला भक्तांनी सगुण साकार अवस्थेत आणले. देव म्हणून त्याची ओळख जगाला सांगितली. त्यामुळे जगही त्याच्या भजनी लागले; पण या गडबडीत देव त्याच्या मूळच्या खऱ्या भक्तांना विसरून गेला. तुकोबा या मूळ खऱ्या भक्ताची कैफियत देवापुढे मांडतात. ते देवाला सुनावतात की तुझे देवपण हे आम्ही तुझ्याविषयी ठेवलेल्या भावावर अवलंबून आहे, त्याचा तू विसर पडू देता कामा नये. तू समर्थ असल्यामुळे आम्हा भक्तांनी तुझ्यावर केलेल्या उपकाराचे तुला विस्मरण झाले असणे स्वाभाविकच आहे; पण आम्हाला मात्र त्याची आठवण करून देण्याशिवाय गत्यंतर नाही. निर्गुण निराकार असलेल्या तुझ्या भक्तीचा जो काही व्यवहार होत असतो, तो आमच्यामुळे व आमच्यामार्फतच. सम्राटपदावर पोहोचलेल्या सार्वभौम राजालासुद्धा त्याच्या नित्यनैमित्तिक व्यवहारांसाठी आपल्या सेवकांवर अवलंबून राहावे लागते. शेजारच्या राज्याच्या राजाला एखादा खलिता पाठवायचा झाला, तर राजा काही स्वत: तो घेऊन जात नाही. एखाद्या हरकाऱ्याच्या, जासूसाच्या मार्फतच त्याला तो पाठवावा लागतो. तेव्हा आपली ही मर्यादा त्यानेही लक्षात घ्यायला हवी. भक्तांनी पुकारलेला असहकार देवाला परवडणार नाही. बरे भक्तांची अशी काय मोठी मागणी आहे? 'आहे तेचि आम्ही मागो तुजपासी.' त्यांना देवाकडून फक्त प्रेमच हवे आहे आणि ते द्यायचे त्याने पूर्वीच कबूल केले आहे. नव्हे तसा खंड किंवा करारच झाला आहे आणि तोही संतांच्या साक्षीने व मध्यस्थीने. तेव्हा आता तो पाळण्यात टाळाटाळ काय म्हणून?

तुकोबा देवाला फक्त कराराची आठवण देऊन थांबत नाहीत. तुला देवत्व प्राप्त करून देण्यासाठी भक्तांना काय त्रास झाला हेही ते सांगतात. 'सोसोनि विपत्ती। जोडी दिली तुझे हाती।। नामरूपा नव्हता ठाव। तुज कोण म्हणते देव? तुका म्हणे हरी। तुज ठाव दिला घरी।।' पण तुला त्याचे काहीच नाही. 'त्याचा हाचि उपकार। अंती आम्हासी वेव्हार।।' पण आता मात्र वेळ आली आहे, तू आम्हाला पूर्ववत प्रेम दिले नाहीस तर – 'तुका म्हणे करितो तुला। ठाव नाहीसे विठ्ठला।।'

भक्तांनी भक्तीचा व्यवहार थांबवला तर देवाचे देवपणच संपुष्टात येईल. देवाला त्याच्या निर्गुण निराकार अवस्थेत बुडवण्याची धमकीच तुकोबा देतात, त्याने अजूनही शहाणे व्हावे!

देवासाठी आपण काय केले याची आठवण देवाला देत त्याने आपल्यासाठी काय करायला हवे याची जाणीव करून देणाऱ्या तुकोबांच्या या अभंगात देवाने त्यांना दिलेल्या प्रतिसादाचे वर्णन पाहायला मिळते. तुकोबांनी व्यक्त केलेल्या समाधानाचेही प्रत्यंतर मिळते.

भक्तांचे देवावर उपकार आहेत, हे देवालाही मान्य आहे. *'मानी भक्तांचे उपकार। ऋणिया म्हणावी निरंतर। केला निर्गुणी आकार। कीर्ती मुखे वानिता।।'* भक्तांनी देवाला सगुण साकार केले. नाव आणि रूप दिले. उपास्यता दिली. इतर सर्व गोष्टींना फाटा देऊन आपल्या घरी जागा दिली. *'तुका म्हणे हरी। तुज ठाव दिला घरी।।'* पण त्यासाठी – *'तुका म्हणे देह भरला विठ्ठले। कामक्रोधे केले घर रिते।।'* घरात वावरणाऱ्या सर्वांना बाहेरचा रस्ता दाखवला. भक्ताचे हे ऋण मान्य करून देवानेही अशा स्थळी जागा दिली, की जेथे तो अमर, अविनाशी झाला. देवाने त्याला आपल्या घरीच जागा दिली. आता देव आणि तुकोबा एकाच ठिकाणी, एकत्रच नांदत आहेत. त्या दोघांमध्ये दुजाभाव नाही, माझे तुझे नाही. *'आघातावेगळा। असे ठाव हा निराळा।। उंच देवाचे चरण। तेथे झाले अधिष्ठान।।'* हे ठिकाण नाशवंत जगापासून दूर आहे. तेथे जगातील क्षणभंगुर गोष्टींचा मागमूसही नाही. *'नाही लागमाग। न देखसे केले जग।। आता बैसोनिया खावे। दिले आइते या देवे।। निवारिले भय। नाही दुसऱ्याची सोय।। तुका म्हणे काही। बोलायाचे काम नाही।।'*

तुकोबांनी देवाला आपल्या कंठी धारण केले, सतत त्याचे गुणगान व नामस्मरण केले, या त्यांच्या उपकाराची फेड देवानेही त्याच प्रकारे केली. *'तुका म्हणे येथे पिसे। तेथे तैसे असेल।।'* असा हा दुहेरी व दुतर्फी मामला आहे. *'ये यथा मां प्रपद्यन्ते तान् तथैव भजाम्यहम्।।'* असे आश्वासन भगवंताने गीतेत दिले आहे.

देव माझा आत्मा आहे, असे भक्त म्हणाला, तर देवसुद्धा भक्त माझा आत्मा आहे असे म्हणतो. हे ज्ञानदेवांचेही प्रतिपादन आहे. एकाच स्वरात जुळवलेल्या दोन तंबोऱ्यांसारखे देव-भक्तांचे हे नाते आहे. इतरांनी त्याचे जरूर कौतुक करावे!

जिवाला लक्षावधी योनी फिरल्यानंतर मानवी जन्म मिळतो, अशी भारतीय जनमानसाची श्रद्धा आहे. इतर जन्मांत आपला उद्धार करण्याची, खरे स्वहित साधण्याची संधी मिळत नाही, ती फक्त मनुष्यजन्मात मिळते. कारण याच जन्मात निजज्ञानाची प्राप्ती होते. आपण कोण आहोत, कोठून आलो आहोत व आपल्याला कोठे जायचे आहे, याची जाणीव होऊ शकते, तसा प्रयत्नही करता येतो. एकदा ही संधी हुकली म्हणजे असा योग परत केव्हा येईल, हे सांगता येत नाही, त्यामुळे मनुष्यमात्राने या जन्माचा जास्तीत जास्त उपयोग करून स्वहित करावे, अशी सूचना तुकोबा करतात; पण हे काम सावकाशीने करून चालणार नाही. उद्या बघू, नंतर करु, ही वृत्ती येथे कामाची नाही. कारण आपल्याला नेमके किती आयुष्य मिळाले आहे, हे निश्चितपणे कोणालाच ठाऊक नसते, त्यामुळे आहे तो क्षण आपला समजून तो कारणी लावावा.

या संदर्भात तुकोबा शेतकऱ्याचे उदाहरण देतात. पाऊस पडून शेतात वाफसा झाला असेल, तर शेतकरी लगोलग पेरणी करून घेतो. या दरम्यान घरात एखाद्या आप्तस्वकीयाचा मृत्यू झाला असला तरी, ते प्रेत तसेच ठेवून, त्याचा अंत्यविधी पुढे ढकलून तो अगोदर पेरून घेतो. कारण पेरणीला अनुकूल वातावरण परत कधी लाभेल हे अनिश्चित असते. या प्रकारात वेळेला किती महत्त्व असते, ते तो जाणतो. तेही तुकोबा उलगडून सांगतात.

पेरणी करताना शेतकऱ्याच्या हाताच्या मुठीत बियाणे असते व ते तो पाभरीच्या चाड्यातून जमिनीत सोडत असतो. मुठीतील धान्य पेरून झाले, की तीच मूठ तो ओटीत म्हणजे त्याच्याकडील बियाणे भरून घेतलेल्या कापडी पिशवीत (किंवा अगदी धोतराच्या सोग्यातसुद्धा) घालून आणखी बी घेतो व पेरतो. या मुठीतल्या व ओटीतल्या धान्यामधील काळाचे अंतरसुद्धा निर्णायक ठरते. ओटीतल्या बियांपेक्षा मुठीतल्या बिया लवकर उगवून येतात. थोडक्यात वेळेचे इतके महत्त्व लक्षात आल्यामुळेच शेतकरी इतकी तातडी करत असतो. मृताची दहनक्रियाही तो त्यामुळे स्थगित ठेवतो. त्या शेतकऱ्याचा आदर्श समोर ठेवूनच माणसाने आपल्या स्वहिताची तातडी करायला हवी. एक क्षणसुद्धा वाया जाऊ देता कामा नये. काळाची उडी केव्हा आणि कोठून पडेल हे सांगता येत नाही.

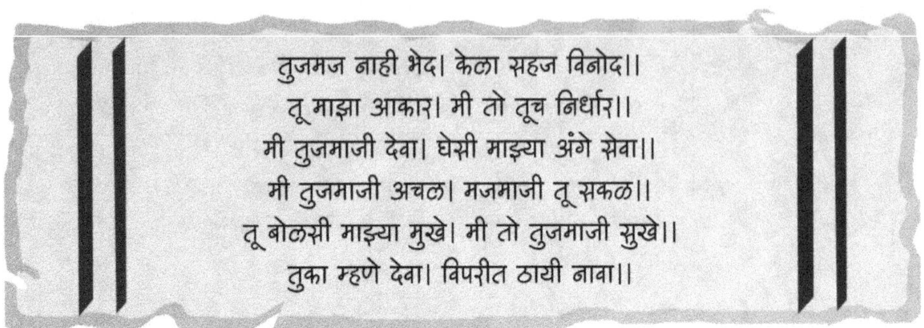

देव आणि भक्त यांच्यामधील फरक केवळ नावापुरताच आहे. असे सांगून तुकोबा देव-भक्तामधील अन्योन्य नात्याचे हृद्य वर्णन देवालाच ऐकवतात. आपण देवापासूनच निर्माण झालेले असल्यामुळे देवाहून वेगळे कसे असू शकतो, हेही त्यांनी एकदा देवाला विचारले होते. *'तुजच पासाव झालोसे निर्माण। असावे ते भिन्न कासयाने।।'*

पण हा नावाचा का होईना, भेद कसा निर्माण झाला, हा प्रश्न उरतोच. तुकोबा म्हणतात, की तो देवानेच सहजपणे केलेला विनोद आहे. ती त्याची कौतुकाची क्रीडा आहे. एकूणच विश्व आणि त्या विश्वातील देव-भक्तांमधील भेदांसह सर्व भेद माया या अध्यास म्हणजेच आभासमय आहेत, असा एक अद्वैत सिद्धान्त परंपरेत प्रचलित आहे. त्याचप्रमाणे *'आपुलेनि आवडी धरुनी खेळिया। आप आपणाते व्याले रे। अरूप होते ते रूपासी आले। जीवशिवनाव पावले रे।।'* असाही एक सिद्धान्त आहे. त्याचाच अनुवाद तुकोबांनी *'आवडी धरुनी आलेसी आकारा। केला हा पसारा याजसाठी।।'* या शब्दांत केलेला आहे. त्याच्याच अनुषंगाने तुकोबा देवाला सांगतात, की हा भेद तूच तुझ्या मनोविनोदनासाठी उत्पन्न केलेला असल्याने तो नाममात्रच आहे. वस्तुत: मी तूच असून तू माझा आकार आहेस. सर्व काही तूच असल्यामुळे, तू सर्व काही व्यापलेले असल्यामुळे मीसुद्धा तुझ्यातच आहे, तुझ्याबाहेर नाही. भक्तीचा व्यवहार होण्यासाठी ईश्वराने विश्व निर्माण केले. मानवप्राण्याच्या अंगी बुद्धी आणि श्रद्धा या दोन विशेष गोष्टी देऊन त्याने इतर प्राण्यांपेक्षा वेगळे वागावे असे अपेक्षिले. या वेगळेपणालाच धर्म असे नाव दिले. या धर्माच्या सिद्धीचे माध्यम म्हणून सक्षम असा देहसुद्धा दिला; परंतु बहुतेक जण ते विसरून विषयोपभोगाच्याच मागे लागले. ज्यांना आपल्या मूळ ईश्वरी स्वरूपाची स्मृती झाली, त्यांनी भक्तीचा व्यवहार सोडून त्या स्वरूपातच म्हणजे मोक्षात रमणे पसंत केले. तुकोबांसारखे भक्त विरळा, की जे मूळ रूपाचे व स्थितीचे ज्ञान होऊनही *'भक्तिसुखा लागी। आपणपेचि दोही भागी। वाटोनिया अंगी। सेवकु बाणे।।'* ते देवाचे देवपण अबाधित राहावे, भक्तीचा व्यवहार खंडू नये म्हणून स्वत:मधले भक्तपणही शाबूत ठेवतात.

देव आणि भक्त यांच्यातील संबंधांचे सर्व पैलू तुकोबांच्या अभंगांमधून प्रकट झालेले दिसून येतात. त्यांच्यापैकी देवाला बरोबरीच्या म्हणजे सख्यत्वाच्या नात्याने त्याच्याही कर्तव्यांची जाणीव करून देणारे व भक्तांच्या हक्कांचा उच्चार करणारे अभंग हे खास तुकोबांचे वैशिष्ट्य होय. लोकशाही राज्यात सत्ताधारी सरकार आणि प्रजा यांच्यामध्ये जे नाते असते, तसेच नाते देव आणि भक्त यांचे समजावे, असा निष्कर्ष तुकोबांच्या अशा अभंगांवरून निघतो. या राज्यपद्धतीत सरकार ही लोकांची निर्मिती असते. लोकांनी मतदानच केले नाही, तर सरकार कसे तयार होईल? या अर्थाने लोकशाहीतील 'राजा' प्रजेवर अवलंबून असतो. लोकांनी मनात आणले, तर ते सरकार खाली खेचू शकतात.

तुकोबा देवाला सांगतात, की तुझे अस्तित्व मला समजून चुकले आहे. तू आमच्यावर अवलंबून आहेस. मी तुझा पोषक आहे व तू पोष्य. आम्ही तुझी आठवण केली, नामस्मरण केले, तर तू रूपाला येणार. एरवी तू निर्गुण निराकार स्वरूपात अव्यक्तच असतो. ईश्वर म्हणून तुझी सत्ता त्या अवस्थेत असून नसल्यासारखीच असते; आणि आम्ही आळवल्यावर सगुण साकार रूपाने प्रकट झाल्यावरसुद्धा सत्तेचे प्रकटीकरण होण्यासाठी आम्हा दासांवरच तू अवलंबून असतोस. सत्ताधीशांची सत्तासुद्धा प्रजेवर अवलंबून असते, असा हा द्वंद्वात्मक मामला आहे. देवाला तो परदेशी असल्याची जाणीव तुकोबा करून देतात. स्वदेशात आपण स्वावलंबी असतो, तेथे आपली सत्ता असते, आपला कायदा चालतो. परदेशात गेलेल्या माणसाच्या हालचालीवरसुद्धा मर्यादा असतात. सगुण, साकार व व्यक्त अशा पांचभौतिक जगात देव परदेशीच म्हणायला हवा, कारण तो निर्गुणातून सगुण झाला आहे, अव्यक्ताचा व्यक्त झाला आहे. भक्तांच्या व्यक्त जगात देव परदेशीच म्हणायला हवा, त्यामुळे त्याला येथे भक्तांवरच अवलंबून राहावे लागते. तुकोबा स्पष्टपणे बजावतात, की देवा, तू येथे आमच्यावर अवलंबून आहेस, हे विसरू नकोस. आम्हा भक्तांनी तुझी उपासना केली नाही, तर तुला देव तरी कोण म्हणणार?

पंचभूतात्मक सगुण साकार सृष्टीचा निर्माता परमेश्वर आहे, त्यानेच मनुष्यप्राण्यासही घडवले. असे असताना तो स्वत: मात्र प्रकट होऊन समोर येत नाही. त्याने मनुष्याला डोळे, कान यांच्यासारखी ज्ञानेंद्रिये दिली; परंतु जोपर्यंत तो स्वत: सगुण साकार होऊन या ज्ञानेंद्रियांच्या कक्षेत येत नाही, तोपर्यंत त्यांचा काय उपयोग? परमेश्वराला साक्षात पाहावे, ऐकावे अशी उत्कट इच्छा धरून तुकोबा त्याला विचारतात, की तुमचे मूळ स्वरूप निर्गुण निराकार असल्याचे आम्ही जाणतो; पण त्याचबरोबर तुम्हाला मनापासून हाका मारल्या, साद घातली, तुमचा धावा केला, तर तुम्ही त्याला प्रतिसाद देऊन प्रकट होता असेही ऐकले आहे. *'बोलाविता यावे रूपा। सदा निर्गुणीच लपा।।'* पण मग आमच्या हाकेला उत्तर देऊन तू व्यक्त का होत नाहीस? तुला तुझे रूप आम्हाला दाखवायचे नसेल तर आम्हाला डोळे का दिलेस? वस्तुत: तू भेटत नाहीस ही खंत तर आहेच; परंतु त्यामुळे देव भक्तांची उपेक्षा करतो, असा संदेश सर्वत्र जातो व त्यामुळे तुझी अपकीर्ती होते हेही आम्हाला सहन होत नाही. आम्ही मनापासून केलेली सेवा तू रुजू करू घेत नाहीस, याचे दु:ख होते.

देव भक्ताला जवळ घ्यायला तयार आहे; परंतु भक्ताकडे पुरेसा भाव नाही असे जर असेल, तर तुकोबा त्यासाठीही देवालाच जबाबदार धरतात. भक्ताच्या अंत:करणात भाव जागवण्याचे कामही देवाचेच आहे. आईवडील मुलाचे भरणपोषण करून त्याला आपल्याबरोबरचा करतात व कुटुंबाच्या व्यवहारात सहभागी करून घेतात. त्याच्या अंगी पात्रता नाही म्हणून त्याला दूर ठेवत नाहीत. ती पात्रता आणणे, हाही त्यांच्याच कर्तव्याचा भाग असतो. तुकोबा देवाला म्हणतात, की आमचा भाव पुरेसा नाही म्हणून तू तक्रार करण्याऐवजी तो वाढेल असे बघ व आम्हाला सरते करून घे; नाही तर तुझे भक्त वाया गेले, अशी तुझीच दुष्कीर्ती होईल. माझे हे दुःख मी तुजपर्यंत पोहोचवत आहे. आता निर्णय तू घ्यायचा आहेस.

प्रवृत्ती आणि निवृत्ती, भोग आणि त्याग, कर्म आणि संन्यास या परस्परविरोधी वाटणाऱ्या मार्गांचा समन्वय करून तुकोबांचा मार्ग सिद्ध झाला आहे. हा समन्वय कसा केला, हे तुकोबा प्रस्तुत अभंगातून स्पष्ट करतात. त्यासाठी त्यांनी आयुर्वेदामधील सिद्ध रसायनाचे रूपक वापरले आहे. आयुर्वेदामधील असे उपमादृष्टान्त तुकोबांच्या अभंगांमधून दिसून येतात.

आयुर्वेदात (उदाहरणार्थ) च्यवनप्राशसारखे एखादे रसायन करावयाचे असल्यास विशिष्ट औषधी द्रव्यांचे ठरावीक भाग एकत्र करून त्यांना अग्नीवर ठेवून आच द्यायची असते, कडसणी करायची असते, कढवायचे असते. प्रवृत्तिनिवृत्तीचे रसायन सिद्ध करण्यासाठी ते तुकोबांनी ज्ञानाग्नीवर कडसले. या औषधी रसायनाचे नाव त्यांनी ब्रह्मरस असे ठेवले आहे. आणखी एका अभंगात त्यांनी ब्रह्मरसाला काढा असे म्हटले आहे. काढा हेसुद्धा आयुर्वेदातील एक औषधच आहे. हा काढा सेवन केल्यावर काय लाभ होतो, तर 'ब्रह्मरस घेई काढा। तेणे पीडा वारेल।।' प्रस्तुत अभंगामधील प्रवृत्तिनिवृत्तीचे मिश्रण करून केलेला ब्रह्मरस सेवन केल्यानंतर आत्मसिद्धी होते, असे तुकोबा म्हणतात. हे रसायन अर्थातच प्रतिती म्हणजे अनुभवातून सेवन करायचे असते. ही काही नुसती बोलण्या–ऐकण्याची बाब नाही. हे रसायन सेवन केल्यानंतर त्याचा परिणाम त्याच्या प्रत्येक मात्रेबरोबर दिसून येतो. ते शरीरात अंतर्बाह्य भिनते.

आयुर्वेदाची एकूण आठ अंगे असल्यामुळे त्याला अष्टांग आयुर्वेद असेही म्हणण्यात येते. तुकोबांनी सिद्ध केलेले औषधी रसायन या आठही अंगांना तुष्ट व पुष्ट करणारे म्हणजे सर्वांगीण आरोग्यता प्राप्त करून देणारे आहे. ही आरोग्यसंपन्नता जणू निजात्मरंगातून प्रकट होते. आत्मसिद्धी म्हणजे आत्म्याचे मूळ स्वरूप जाणणे. हे आत्मस्वरूप म्हणजेच निजरूप जाणणे, हेच त्या रूपाशी एकरूप होणे होय. असे झाले असता त्रिविध तापांचे शमन व त्रिविध कर्मांची होळी होते. आता मुळात आत्माच आरोग्यसंपन्न झाल्यानंतर त्या आरोग्याची प्रभा देह–इंद्रियांच्याद्वारे फाकू लागल्यास नवल काय?

संतांच्या कार्याचे आणि त्यांनी केलेल्या उपकाराचे वर्णन करायचे झाले, तर भाषाच अपुरी पडते. विशेषणे, क्रियापदे, उपमा, अलंकार या सर्व भाषाविलासाच्या पलीकडील त्यांचे कार्यकर्तृत्व आहे, त्यामुळे त्यांच्या चरणांवर मस्तक ठेवून गप्प बसणे हेच योग्य होईल. जेथे बोलणे अशक्य होईल, तेथे मौन धरावे, असे एका पाश्चात्त्य विचारवंताने म्हटले आहे; पण संतांच्या बाबतीत नुसत्या मौनाने भागणार नाही. त्यांच्या पायांवर डोके ठेवले म्हणजे भाषेच्या मर्यादाही उघड होतील आणि कृतज्ञताही व्यक्त होईल.

संतांनी असे काय केले आहे, की ज्यासाठी वाणीला विराम देऊन त्यांना वंदन करावे, हेही तुकोबा स्पष्ट करतात. संतांचे इहलोकातील येणे हेच मुळी जगाचे कल्याण करण्याच्या प्रेरणेतून झाले आहे. *'येथे उपकारासाठी। आले, घर ज्या वैकुंठी।।'* जगाचे कल्याण करण्यासाठी झटताना त्यांना आपल्या देहाचीसुद्धा पर्वा नसते. स्वतःच्या सुखाची तमा न बाळगता ते इतरांसाठी आपला देह झिजवत असतात. खरे तर, स्वतःच्या देहाविषयी ममत्वभावच त्यांच्या ठिकाणी उरलेला नसतो. 'मी' व 'माझे' या कल्पनांचा त्याग करून ते सर्व भूतमात्रांविषयी आपुलकीची भावना ठेवतात. दया हेच जणू त्यांच्या जीवनव्यापाराचे भांडवल होय. इतरांच्या सुखातच ते आपले सुख मानतात. इतरांच्या दुःखाने ते दुःखी होतात. दुःखाचे निवारण करण्याच्या मार्गाचा उपदेश ते करतात. त्यांच्या मुखातून येणारे शब्द हे बोधामृत किंवा उपदेशामृतच होय.

संतांच्या कार्याचे असे विवेचन करताना तुकोबा समर्पक उपमानाच्या शोधात आहेत. त्यांना परिसाची आठवण होते. लोखंडासारख्या हीन धातूला परिसाचा स्पर्श झाला असता, त्या लोखंडाचे सोन्यात रूपांतर होते; पण अशा या लोखंडाला आपण कसा स्पर्श करावा असा विचार परिसाच्या मनात येत नाही. त्याचप्रमाणे आपली परमोच्च पारमार्थिक अवस्था सोडून पामर पतित जिवाला संत आपला सहवास देतात किंवा असेही म्हणता येईल, संतांच्या थोरवीपुढे परिसही कमी पडतो. लोखंडाला तो स्वतः होऊन स्पर्श करू शकत नाही. संत सर्व काही स्वतःच्या प्रेरणेने आणि स्वतःच करतात.

काय तो विवाद असो भेदाभेद। साधा परमानंद एक भावे।।
निघोनी आयुष्य जाते हातोहात। विचारी जा हित लवलाही।।धृ।।
तुका म्हणे भावभक्ती हे कारण। नागवी भूषण दंभ तोचि।।

नोबेल पुरस्कारप्राप्त डॉ. अमर्त्य सेन यांचे एक गाजलेले पुस्तक म्हणजे 'Argumentative India'. या पुस्तकात प्राचीन भारतीय इतिहासात वादकलेला कसे महत्त्वाचे स्थान होते हे दाखवले आहे. भारत म्हणजे पोथीप्रामाण्य आणि श्रद्धा यांचा देश असे मानणाऱ्या पाश्चात्त्यांना उत्तर म्हणून हा ग्रंथ चांगलाच आहे; परंतु वस्तुस्थिती अशी आहे, की भारत हा खऱ्या अर्थाने शब्दप्रामाण्यावर श्रद्धा असलेला देशही राहिला नव्हता, तसाच तो पूर्णत: बुद्धिप्रामाण्यवादी तार्किक देशही नव्हता. शब्दप्रामाण्याच्या चौकटीत वाद खेळणाऱ्यांची येथे चलती होती! वेदप्रामाण्य मानणारी वैदिक दर्शने व न मानणारी अवैदिक दर्शने यांच्यात वाद झडले. खुद्द वैदिक किंवा आस्तिक परंपरेतील दार्शनिकांचेही एकमेकांशी वाद होतच असत. सर्वांत शेवटी या प्रक्रियेने वेदान्त दर्शन बाजी मारून गेले; परंतु वेदान्तातही भेद होतेच. काही आचार्य वेदान्ताचा अर्थ अद्वैतपर लावणारे, तर काही द्वैतपर. पूर्ण अद्वैत व पूर्ण द्वैत यांच्यामध्येही वेगवेगळ्या छटा होत्याच. उपनिषदांना मुख्य प्रमाण मानून ही मंडळी त्यांच्या अन्वयार्थाची ओढाताण करण्यात मग्न असत. *'शब्दज्ञानी एक आपुल्याला मते। सांगती वेदांत भिन्न भावे।।'* असे तुकोबांनी त्यांचे वर्णन केले आहे. या वादात गुरफटून पडल्यावर मानवी जीवनाचे मुख्य उद्दिष्ट परमानंदप्राप्ती मागे पडते. त्यांना ताळ्यावर आणण्यासाठी तुकोबांनी अनेक वेळा परखडपणे टीका केली. 'भेदाभेद मते भ्रमाचे संवाद' हे त्यांचे मत होते. स्वत:च्या बाबतीत सांगायचे म्हणजे *'तुका म्हणे भेदाभेद। गेला वाद खंडोनी।।'*

वादात गुरफटलेल्या अशा लोकांवर तुकोबा टीकेचे प्रहार करतात, तसेच त्यांना हे वाद संपवण्याची विनवणीही करतात. *'तुका म्हणे वादे। वाया गेली ब्रह्मवृंदे।।'* ही टीका आहे, तर *'तुका पाया पडे। वाद पुरे हे झगडे।।'* ही त्यांनी केलेली विनवणी. अशा लोकांना तुकोबा जाणीव करून देतात, की मानवाचे आयुष्य फारच थोडे आहे. ते अशा निरर्थक गोष्टींत निघून गेले तर खरे हित बाजूला पडेल. ते हित भावभक्तीच्या मार्गानेच साध्य होईल. एरवी वादविवादात प्रतिपक्षावर मात करत जयपत्रे मिळवण्याची सवय लागणाऱ्या पंडितांना स्वत:च्या कौशल्याबद्दल अहंकाराची बाधा होते. आपली नागवण आपणच करत आहोत हेही त्यांना उमगत नाही. तुकोबांसारखीच भावना त्यांच्या आधी ज्ञानेश्वरांनी सौम्य शब्दांत व्यक्त केली होती. *'आता असोत हे भेदाभेद आम्ही असो एक बोधे रे। बाप रखुमादेवीवरू विठ्ठल निवृत्तिमुनिरायप्रसादे रे।।'*

एका ईश्वराला पितृस्वरूप मानून त्याचे सेवादास्य करणे व त्यासाठी स्वतःला व स्वतःच्या जीवनाला वाहून घेणे हीच आयुष्याची इतिकर्तव्यता मानण्याचा निर्धार तुकोबा व्यक्त करतात. आपल्या जगण्याची रीत किंवा पद्धतीही सांगून टाकतात. परमेश्वराचे गुणगान करणाऱ्या कविता गाणे आणि त्याची कथा सांगताना देहभान हरपून नाचणे यापेक्षा त्यांना दुसरे काही करायचे नाही. हरिकथेचा गदारोळ हा एकट्याने होत नसतो. तुकोबा या ठिकाणी भक्तांच्या समुदायाचे प्रतिनिधी या नात्याने बोलतात, हे लक्षात ठेवले पाहिजे. भक्तांनी इतक्या निष्ठेने तनमनधन ओतून त्याची सेवा केली असता तो त्या भक्तांचे भीती व तळमळ यांच्यापासून रक्षण करतो. इतकेच नव्हे, तर त्यांना पापपुण्याची फळेही भोगावी लागणार नाहीत अशा रीतीने त्यांचे रक्षणही करतो; पण म्हणजे या भक्तांनी पापपुण्य निष्पन्न करणाऱ्या कर्मांचाच त्याग केलेला आहे, असे मात्र नाही. तुकोबा देवाला सांगतात की आम्ही वाट्याला आलेल्या सुखदुःखादी भोगांना अलिप्तपणाने सामोरे जातो आणि भोगलेले भोग तुझ्या खात्यात जमा करतो. त्यांची काळजी तू घ्यायची. ‘सत्यवादी करी संसार सकळ। अलिप्त कमळ जळी जैसे।।’ अशा कमळाच्या दृष्टान्ताने आपली जगण्याची ही शैली तुकोबांनी इतरत्र स्पष्ट केली आहे. कमळाचे फूल पाण्यातच उमलते; पण पाण्याने भिजत नाही. तसे संसारातील सर्व प्रकारचे बरेवाईट भोग भोगून भक्त अलिप्त राहतात. ‘भोग भोगिता आटला भोग’ असे ज्ञानोबारायांनीही म्हटले आहे. तुकोबांचे शिष्य निळोबा यांनी रचलेल्या तुकोबांच्या आरतीत तुकोबांनी ‘प्रपंच रचना सर्व भोगुनी त्यागिली’ असे म्हटले आहे. तुकोबांसारखे भक्त स्वतःच्या सुखदुःखांकडे, गरजांकडे अलिप्त राहून दुर्लक्ष करत असतात. त्यामुळे त्यांच्या भोग-त्यागांची जबाबदारी घेणे त्यांच्या उपास्य देवतेला जणू भागच पडते. त्यांच्यावरील संकटांचे निवारण करणे हे त्याचे कर्तव्यच बनते. भक्तांना भोग-त्यागांकडे आपण लक्ष देणे यासाठी शक्य नसते, की ते त्याच्या पायांपासून दूर जायला तयारच नसतात, ‘तुझिया चरणीचे तुटता अनुसंधान। जाईल माझा प्राण तत्क्षणींच।।’ असे नामदेवांनी पंढरपूर येथील त्यांच्या दैवताला बजावले होते, त्याची येथे आठवण होते. भक्त एवढ्या निकराला आला तर देवालाही त्याला तितक्याच तातडीने व उत्कटतेने तसाच प्रतिसाद देणे भाग पडते.

परमेश्वराच्या निर्गुण निराकार रूपाला ज्ञानी व पंडित लोकांत प्रतिष्ठा होती, त्या काळात तुकोबा सगुणोपासनेचा, मूर्तिपूजेचा पुरस्कार करत होते, या गोष्टीचे अनेकांना आश्चर्य वाटत असणार. अशा आश्चर्याचे निराकरण करणारा अभंग तुकोबांनी देवालाच उद्देशून रचला आहे. तुकोबा सांगतात, की परमात्म्याचे सगुण साकार रूप समोर असले म्हणजे त्याला नानाविध नावे ठेवता येतात व त्या नावांनी हाका मारता येतात. ही नावे म्हणजे जणू एकेक मोतीच आहे. त्यांची माळा गुंफून ती देवाला अर्पण करायचे वेगळ्या प्रकारचे सुख सगुणोपासनेतच शक्य आहे. अशा नामांना तुकोबा नामपाठ म्हणतात. 'विष्णुसहस्रनाम' हा एक प्रकारचा नामपाठच आहे. संत एकनाथांनी विष्णूच्या चोवीस नावांची व मूर्तींची महती गाणारे अभंग लिहिले आहेत, त्यालाही त्यांनी नामपाठ असेच म्हटले आहे. त्याहीपूर्वी ज्ञानेश्वरांनी रचलेला 'हरिपाठ' तर वारकऱ्यांना रोजच्या रोज म्हणावा लागतो. 'हरि मुखे म्हणा' हे त्याचे धृपदच आहे.

'रामकृष्णहरी' हा वारकरी संप्रदायाचा जो मंत्र आहे, त्यातील हरी हा शब्द परमात्म्याच्या निर्गुण निराकार अव्यक्त रूपाचा वाचक आहे. याच रूपाला उद्देशून तुकोबांनी 'हरी तू निष्ठुर निर्गुण' असे म्हटले आहे. या अव्यक्त निराकार रूपामुळेच शिखांचा गुरुद्वारा 'हरमंदिर' असू शकतो (येथे हर म्हणजे हरीच समजावा). यामुळेच महाराष्ट्रातील रानडे–भांडारकरांच्या निराकारपूजक प्रार्थना समाजाने आपल्या उपासनास्थळाला हरिमंदिर असे नाव दिले, त्यात कोणतीही मूर्ती नसते.

परमात्म्याला अव्यक्त रूपातून व्यक्त अवस्थेत आणण्याचे सामर्थ्य; त्याला राम, कृष्ण असे अवतार धारण करायला लावण्याची क्षमता हरिपाठात आहे. या सगुण रूपांची उपासना करणाऱ्या भक्तांना निर्गुणाची ओढ नसते. सगुणात देव आणि भक्त यांच्यात प्रेमसुखाची देवाणघेवाण होत असते. मूळ निर्गुण अवस्थेत अशा कोणत्याही व्यवहाराला वाव नसतो. मग तो ठावठिकाणा काढायचाच कशाला? तुकोबा देवाला प्रार्थना करतात, की आम्हा सगुणोपासकांची ही मनोभूमिका समजून घे आणि त्यानुसार आम्ही मागतो ते आम्हाला दे. निर्गुणात बुडवणारा मोक्ष आम्हाला मुळीच आवडत नाही, तुझे गोजिरवाणे रूपच आमच्यासमोर असू दे.

परमात्मप्राप्तीचा एक मार्ग म्हणजे अर्थातच यज्ञादी कर्मांचा. वेदोक्त सत्कर्मे करून पुण्यसंचय करायचा आणि त्या पुण्यामुळे ईश्वराची प्राप्ती करायची, असा हा कर्मचरणाचा मार्ग.

तुकोबा सांगतात, की या मार्गाने परमेश्वरापर्यंत पोहोचता येणार नाही असे नाही; परंतु त्यासाठी खूप अवधी लागेल व परमात्मा भेटेल तोही योगायोगाने, कर्मधर्मसंयोगाने! या उलट ज्यांना कर्मचरणाचे काहीही तपशील, कोणता विधी केव्हा पार पाडायचा, त्यासाठी कोणता मंत्र म्हणायचा, याची कसलीही कल्पना नाही, अशा गवळ्यांच्या पोरांबरोबर कृष्णावतारात देव नाना प्रकारचे खेळ खेळला, त्यांचा सवंगडी होऊन त्यांच्याबरोबर त्याने गुरे राखली. मित्र या नात्याने त्यांनी केलेल्या खोड्याही देवाने सहन केल्या. चेष्टामस्करीला दाद दिली.

याज्ञिकांनी यज्ञ करून त्या यज्ञात आहुती द्यावी व ती स्वीकारण्यासाठी देवाचे आवाहन करावे; पण त्याने त्यांच्याकडे दुर्लक्ष करून तो घास नाकारावा! उलट गोपाळांबरोबर त्या सर्वांच्या शिदोऱ्यांचा एकत्रित काला करून खाताना त्यांनी पुढे केलेल्या घासाचा मात्र आनंदाने स्वीकार करावा! वेदांमधील मंत्रांनी पूजा करणाऱ्या कर्मठांना याने थंडा प्रतिसाद द्यावा; मात्र गोपाळांनी आणि गोपिकांनी शिव्या दिल्या तरी त्यात आनंद मानावा! गाई वळताना गोपाळांनी गायिलेली लोकगीते त्याला वेदांमधील सुस्वर मंत्रांपेक्षा अधिक आवडतात!

कृष्णाने गोकुळातील गवळ्यांच्या मुलांबरोबर रानात जाऊन गाई राखल्या, वेगवेगळे खेळ खेळले, अशा त्याच्या बाललीला सर्वांच्याच कौतुकाचा विषय झाला आहे. या लीलांमध्येच त्याने आपल्या सवंगड्यांबरोबर गवळ्याच्या घरी केलेल्या दुधादह्याच्या चोऱ्यांचाही समावेश आहे. कृष्णाने या लौकिक चोऱ्या केल्याही असतील; परंतु तुकोबा येथे देव करत असलेल्या आध्यात्मिक चोरीचा उल्लेख करतात. देव सर्वांच्या अंतःकरणात वास्तव्य करून असतो, त्याला तेथे पकडून जखडून ठेवण्याचा प्रयत्न योगमार्गातील साधक करत असतात; पण त्याचा सुगावा लागला की तो त्यांच्या हातावर तुरी देऊन तेथून निघून जातो, ही एक प्रकारची चोरीच होय. *'वरी योगियांचीही मानसे। उमरडोनी जाये।।'* असे या प्रकारचे वर्णन ज्ञानेश्वरीतही आहे.

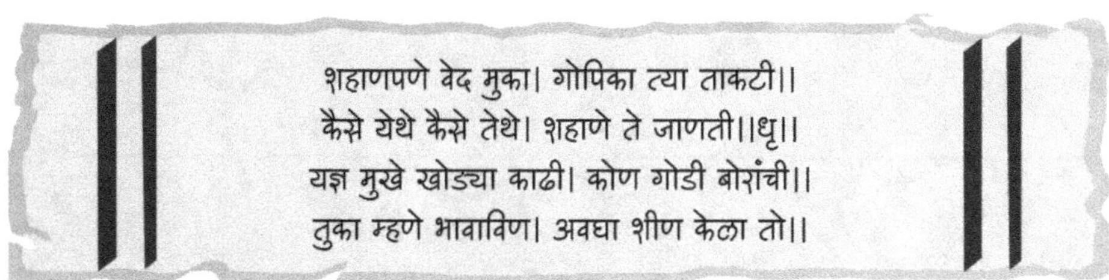

तत्त्वज्ञानाच्या क्षेत्रात सर्वांत जाणता म्हणून नावाजला गेलेला वेद एका बाजूला आणि अशिक्षित, अडाणी असंस्कारित गवळणी दुसऱ्या बाजूला असा विरोध लक्षात घेऊन विचार केला तर असे दिसून येते, की देवाच्या दरबारात वेदांपेक्षा गोपिकांनाच अधिक महत्त्व आहे. शहाण्या व ज्ञात्या वेदांबरोबरचे देवाचे वागणे व ताकाचा व्यवसाय करणाऱ्या गोपिकांबरोबरचे देवाचे वागणे पाहिले तर त्याच्यातील भेद लक्षात येतो. या भेदामागचे कारण जे जाणतात ते खरे शहाणे!

वेद सर्वज्ञ आहे. म्हणून जाणिवेच्या अंगाने तो ईश्वराच्या स्वरूपाचे वर्णन करु लागला. पण त्याला या ज्ञानाच्या मर्यादा समजल्यावर त्याने मौन धरणेच पसंत केले. *'वेद जाणो गेला पुढती मौनावला।'* अशी त्याची स्थिती झाली. *'वाचोनी जाणिवेचेनि बळे। कोणी वेदांपासूनी असे आगळे। का शेषाहूनी तोंडाळे। येर आथी?'* असा प्रश्न विचारणाऱ्या ज्ञानेश्वरांनी त्याचे 'नाही' हे उत्तर गृहीतच धरलेले आहे. *'परि तोही नेतिनेती म्हणूनी बहुडे। येरु अंथरुणातलवटी दडे।।'* त्या वेदाची मती कुंठित होऊन तो 'नेतिनेती' असे म्हणू लागला. शेष नागाची गोष्ट सांगायची म्हणजे *'सहस्रमुखे शेष शिणला बापुडा। चिरलिया धडा जिव्हा त्याच्या।।'*

देवाच्या अशा वेगवेगळ्या प्रकारच्या व्यवहारामागचे कारण शहाणे लोकच जाणतात. ते कारण म्हणजे अर्थातच भाव. अंत:करणात भाव नसेल तर कर्म काय किंवा ज्ञान काय; निरर्थक आणि निष्फळ ठरते. याचे आणखी एका उदाहरण तुकोबा देतात, यज्ञ हे ईश्वराचे मुख मानून त्यात देण्यात येणारी आहुती ईश्वरार्यंत पोहोचते, असा कर्ममार्गी लोकांचा विश्वास असतो; पण या प्रक्रियेत ईश्वरापेक्षा यज्ञाचेच स्तोम अधिक वाढते. विशिष्ट कर्माच्या सामर्थ्यामुळे ईश्वराला प्रसन्न होणे भागच पडेल असे या कर्मकांडात अभिप्रेत असते. त्यामुळे ईश्वरही या यज्ञक्रियेतील बारीकसारीक तपशिलांतील चुकांवर बोट ठेवून याज्ञिकांच्या खोड्या काढून त्यांना चकवतो. इच्छित फळाऐवजी भलतेच फळ देतो. मंत्रोच्चार करताना एखादा शब्द मागे–पुढे झाला, स्वर खाली–वर झाला तरी त्याचे विपरीत परिणाम घडू शकतात. याउलट हाच ईश्वर शबरीसारख्या भिल्लिणीने भावपूर्वक अर्पण केलेली बोरेसुद्धा मिटक्या मारत गट्टम करतो. हा सारा भावाचा महिमा आहे. भावाशिवाय काहीही करणे हा शीण होय.

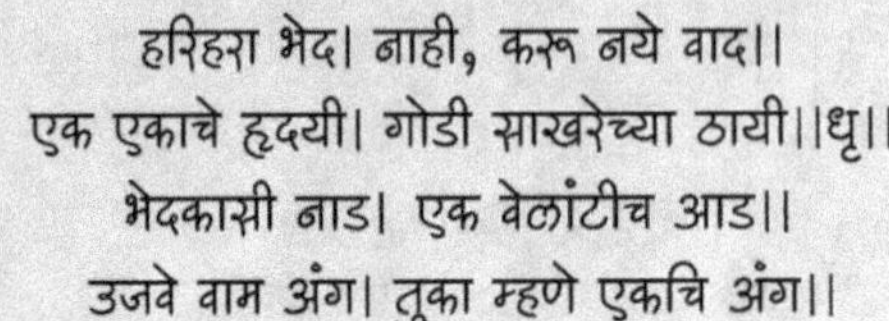

हरीची म्हणजे विष्णूची भक्ती करणारे वैष्णव आणि हराची म्हणजे शिवाची आराधना करणारे शैव या दोन सांप्रदायिकांमधील स्पर्धा आणि संघर्ष फार प्राचीन काळापासून चालू आहे. विशेषत: कर्नाटकात तर तो शिगेला पोहोचला होता. वारकरी संप्रदायाने मात्र हा भेद मिटवून शैव–वैष्णवांमध्ये समन्वय घडवून आणला. ज्ञानेश्वरांची गुरुपरंपरा नाथ संप्रदायाची म्हणजेच शैवांची, परंतु त्यांनी पंढरपूरच्या ज्या विठ्ठलाची उपासना केली तो विष्णूचाच अवतार मानला गेला होता.

तुकोबांनीही प्रस्तुत अभंगामधून याच समन्वयाचा उपदेश केला आहे. हरी आणि हर म्हणजे विष्णू आणि शंकर यांच्यात भेद नाही, ते एकच आहेत. त्यामुळे त्यांच्या सांप्रदायिकांनी एकमेकांशी वाद करू नये. त्यांच्यातील हे ऐक्य किती दृढ आहे ते तुकोबा उपमा दृष्टान्तांच्या साह्याने स्पष्ट करतात. ज्याप्रमाणे साखरेमध्ये गोडी अभिन्नत्वाने वसत असते, त्याचप्रमाणे शिव आणि विष्णू एकमेकांच्या हृदयात आहेत. फार काय सांगावे. एकाच शरीराची जशी उजवे आणि डावे अशी दोन अंगे असतात. त्याचप्रमाणे शिव आणि विष्णू एकाच शरीराचे दोन भाग आहेत. ते एकच आहेत. तुकोबा अक्षरांच्या रचनेकडे लक्ष वेधतात व सांगतात की, त्यांच्यातील भेद केवळ एका वेलांटीचा आहे. 'हर' शब्दातील 'र' या अक्षराला एक वेलांटी दिली की 'हरी' शब्द तयार होतो किंवा 'हरी' या शब्दातील वेलांटी पुसली म्हणजे 'हर' शब्द मिळतो. आणखी एका दीर्घ अभंगामध्ये तुकोबांनी हरिहरांचे एकत्व अधिक तपशिलाने स्पष्ट केले आहे.

धरोनि दोन्ही रूपे पाळणे संहार। करी कोप रूद्र दयाळ विष्णू।।

जटाजूट एका मुगुट माथा शिरी। कमळापती गौरीहर एक।।

भस्मउधळण लक्ष्मीचा भोग। शंकर श्रीरंग उभयरूपी।।

वैजयंती माळा वासुकीचा हार। लेणे अलंकार हरिहरा।।

कपाळ झोळी एका स्मशानीचा वास। एक जगन्निवास विश्वंभरा।।

तुका म्हणे मज उभयरूपी एक। सारोनि संकल्प शरण आलो।।

वारकरी संप्रदायाच्या अशा उदार भूमिकेमुळे महाराष्ट्रात सांप्रदायिक सद्भाव टिकून राहिला हे जाणकारांना वेगळे सांगायची गरज नाही.

तुकोबांचे अभंगरचना करणे त्या काळातील काही कर्मठ सनातन्यांना मान्य नव्हते. एक तर त्यांच्या अभंगांमधून वेदार्थ व्यक्त होत असल्याचे त्यांना दिसून येत होते व दुसरे म्हणजे या अभंगांची लोकप्रियता वाढीस लागली होती. या मंडळींनी तुकोबांनी अभंगरचना करू नये यासाठी त्यांच्यावर दबाव आणला, त्यांना धमक्या दिल्या. त्यांची मजल शेवटी हे अभंग इंद्रायणीच्या डोहात बुडवण्यापर्यंत गेली.

या सर्व गोष्टींचा तुकोबांवर काहीच परिणाम होत नसेल असे म्हणता येत नाही. त्यांच्या अभंगांच्या दर्जाबद्दल कोणी शंका उपस्थित केली, कोणी त्यांना धमकावले, भय घातले, त्या वेळी तुकोबांनी अंतर्मुख होऊन स्वतःच स्वतःच्या कवित्वाचे परीक्षण केले. या परीक्षणातून त्यांना आपल्याच अभंगवाणीचे जे स्वरूप समजले, ते निश्चयात्मक होते, त्यामुळे त्यांच्या भयाचा निरास झाला. आपली वाटचाल योग्य दिशेने चालली आहे आणि आपले कवित्व उच्च प्रतीचे आहे, याविषयी ते निःशंक झाले. प्रस्तुत अभंगातून तुकोबा त्यांना स्वतःला उमगलेले त्यांच्याच कवित्वाचे स्वरूप इतरांना सांगत आहेत.

तुकोबा सांगतात, की त्यांच्यासारख्या अधिकारहीन व्यक्तीचे अभंग इतक्या कमी वेळात सर्वत्र पसरले, लोक ते अभंग गाऊ लागले, कीर्तनातून त्यांचे निरुपण करू लागले. हा चमत्कार त्यांचा स्वतःचा निश्चितच नव्हे. एखाद्याची कीर्ती वाऱ्यासारखी पसरली असे आपण म्हणतो, तसे त्यांच्या अभंगांच्या बाबतीत घडले, हे त्या ईश्वरानेच घडवून आणलेले असणार. कारण एवढे सामर्थ्य फक्त त्याच्याचकडे आहे. मुळात ही रचना त्यानेच आपल्या हातून करवून घेतली, असे तुकोबा म्हणतात. तोच आपल्या वाचेचा प्रेरक आहे. आपली वाचा हे त्याचे माध्यम आहे. ‘*साळुंकी मंजुळ बोलतसे वाणी। बोलविता धनी वेगळाची।।*’ या न्यायाने ‘माझ्या मुखे मज बोलवितो देव.’ असा हा प्रकार आहे. तुकोबांच्या अभंगांचा समकालीनांमध्ये झालेला प्रसार हा खरोखरच एक चमत्कार वाटतो. काही लोक त्यांच्या अभंगांची नक्कल करुन आपल्या नावाने खपवू लागले, तर काहींना ते नष्ट करावेसे वाटले; पण या दोन्ही टोकाच्या प्रतिक्रियांचे कारण म्हणजे ते अत्यंत लोकप्रिय होत होते, हेच होय.

आपल्या जीवनव्रताचे निवेदनच तुकोबांनी प्रस्तुत अभंगातून केलेले आहे. कीर्तनाच्या आणि अभंग रचनेच्या माध्यमातून तुकोबा जगाला उपदेश करण्याचे काम करत. या उपदेशाद्वारे आपण ईश्वराचा निरोपच लोकांपर्यंत पोहोचवत आहोत. *'निरोप सांगता। न धरी भय न करी चिंता।।'* या प्रामाणिक दूताच्या बाण्याने त्यांचे काम सुरू होते. त्यामुळे कोणाला काय वाटेल, किंवा राग येईल याची त्यांना पर्वा नव्हती. जगाला नीती म्हणजे सन्मार्ग शिकवायचा हा त्यांच्या उपदेशाचा एक भाग झाला; परंतु ते येथेच थांबले नाहीत. चुकीच्या पद्धतीने वागून समाजाला फसवणाऱ्या, समाजाचे नुकसान करणाऱ्या दांभिक बदमाशांची फजिती करणे हाही त्यांनी आपल्या कार्याचाच भाग मानला. या फजितखोरांच्या दुष्कृत्यांना पायबंद घालणे हे त्यांचे उद्दिष्ट आहेच; परंतु फजितखोरांची ही फजिती पाहून इतरांनाही त्यातून धडा मिळेल व आपण अशी कृत्ये करु नयेत, अशी भावना त्यांच्यात उत्पन्न होईल. *'तुका म्हणे कापू नाके। पुढे आणिके शिकतील।।'* अशी त्यांची यामागची भूमिका आहे.

तुकोबांच्या काळात वेदान्त तत्त्वज्ञानाचा खूपच प्रभाव लोकमानसावर होता. वेदान्त तत्त्वज्ञानात ब्रह्म आणि माया किंवा अविद्या या दोन तत्त्वांच्या भाषेत सर्व व्यवहारांचे स्पष्टीकरण करण्यात येते. वस्तुत: मायेला स्वत:चे असे स्वतंत्र अस्तित्व नाही. तथापि ब्रह्म हे शांत, अविचल, विकाररहित असल्यामुळे वेदांती विचारवंतांना अविद्या तत्त्वाचा आश्रय घ्यावा लागला; पण पुढे पुढे हे मानीव तत्त्वच इतके प्रबळ ठरले की ब्रह्मापेक्षा माया– अविद्येचाच बडेजाव अधिक वाढला. मायेने ब्रह्म झाकोळून टाकले. *'विश्वव्यापी माया। तिने झाकुळिले छाया।। सत्य गेले भोळ्यावारी। अविद्येची चाले थोरी।।'*

तुकोबा ग्वाही देतात की आमच्या विचारसरणीत या अविद्येला फारसे महत्त्व नाही. नामस्मरणाचे बाण आमच्या हातात आहेत. त्यांच्यापुढे कोणीच उभे राहू शकत नाहीत. आमच्या येथे फक्त सत्यालाच स्थान आणि महत्त्व आहे. इतर बाबींची मातब्बरी आमच्या येथे नाही. मुळातच नसलेल्या खोट्या गोष्टी गृहीत धरून त्यांचे निराकरण करत बसण्याचे आम्हाला कारण नाही.

कीर्तनाच्या माध्यमातून जगाला उपदेश करणे हे तुकोबांनी आपले जीवितकार्य किंबहुना; जीवनव्रतच मानले होते. कीर्तनातून ते ज्ञानदेव, नामदेव, एकनाथ, कबीर अशा आपल्या पूर्वसुरी संतांच्या वचनांचा उपयोग करत असत; पण त्याचबरोबर आपण स्वतः रचलेल्या अभंगांचाही ते आधार घेत. तुकोबांचे असे अभंग अर्थातच मराठी भाषेतून रचलेले आणि त्यांच्यापुढील श्रोतेही मुख्यत्वे मराठी भाषकच. तथापि आपले शब्द फक्त मराठी जाणणाऱ्यांपुरते मर्यादित नाहीत. त्यातील उपदेश हा सर्व मानवजातीसाठी आहे, याची तुकोबांना खात्री होती. प्रस्तुत अभंगातून ते याच गोष्टीची ग्वाही देत आहेत.

भारतीय परंपरेत उपदेशाचा विचार सहसा अधिकारभेदाच्या चौकटीत केला जातो. विशिष्ट उपदेश ग्रहण करण्याची पात्रता ज्यांच्यात आहे, तेच त्याचे अधिकारी व त्यांनीच तो ऐकावा, इतरांनी नाही, अशी ही भूमिका आहे. अधिकारभेद किंवा पंक्तिप्रपंच तुकोबांना मान्य नाही. *'लाविले दमामे। मुक्ता आणि मुमुक्षा।।'* असे त्यांचे सार्वत्रिक आवाहन आहे. आपला शब्द एका देशापुरता मर्यादित नसल्याने तो कोणालाही वर्ज्य करत नाही किंवा मुद्दाम होऊन कोणाला विशेषाधिकारी म्हणून जवळही करत नाही. आपली वैखरी अथवा वाणी ही वैश्विक झाली आहे, असे तुकोबा निर्धाराने आणि आत्मविश्वासाने सांगतात.

वेदांचा अधिकार नसलेल्या तुकोबांनी एवढा आत्मविश्वास कसा दाखवला, असे कोणालाही वाटेल, त्यावर तुकोबा सांगतात, की आपल्या अभंग उपदेशातून ते स्वतःच्या पदरचे असे काहीच सांगत नाहीत. 'तुका' या व्यक्तीला स्वतःचे वेगळे असे अस्तित्वच उरलेले नाही, ते ईश्वराचीच वाणी बोलतात, किंबहुना; ईश्वरच त्यांच्या मुखातून बोलतो आहे. ते ईश्वराचा शिक्का आहेत. एखाद्या कागदावर राजमुद्रा किंवा राजाची मोहोर उमटवलेली असली म्हणजे तो कागद अधिकृत किंवा प्रमाण मानला जातो; कोर्टकचेऱ्या, खरेदी–विक्री अशा व्यवहारांत त्याचा आधार घेता येतो, ही विश्वसनीयता त्या कागदाची नसून, त्याच्यावर उमटवलेल्या शिक्क्याची असते. तुकोबांच्या अभंगवाणीवर ईश्वराचा शिक्का आहे. ते ज्यावेळी एखाद्यावर वाग्बाण सोडतात, तेव्हा तो बाण ईश्वराच्या भात्यातील असतो. तुकोबांच्या वैखरीच्या या अशा ईश्वरी अधिष्ठानामुळेच संत बहिणाबाईंनी त्यांच्या अभंगांना 'तुकाराम वेद' अशी संज्ञा दिली आहे.

तुकोबांनी आपल्या आयुष्यात विविध वृत्ती-प्रवृत्तींच्या लोकांना उपदेश केला. ते त्यांचे अंगीकृत कार्य किंबहुना; व्रत होते असे म्हटले तरी चालेल. त्यांच्या उपदेशात धर्म आणि नीती यांचा उलगडा होत असे. नीतीचा संबंध रोजच्या व्यवहारातील वागण्याशी पोहोचतो, तर धर्माचा संबंध या व्यवहाराला पायाभूत असलेल्या तत्त्वांशी असतो. दोघांचा विचार एकत्रच करावा लागतो, त्यामुळे तुकोबा आपण 'धर्मनीतीचे संकेत', 'धर्मनीतीचा व्यवहार' सांगतो असे म्हणताना आढळतात. अर्थात, मानवी व्यवहाराचे असंख्य आविष्कार असतात. सर्वच लोकांना ते सर्व आविष्कार सांगायची गरज नसते. अधिकारभेद आणि आवश्यकता यांचा विचार करूनच ते सांगणे योग्य ठरेल; पण अशा सर्व उपदेशांचा एक 'लसावि' अथवा लघुत्तम साधारण घटक सांगायला तुकोबा प्रवृत्त झाले आहेत. वेगवेगळ्या धर्मनीती सांगत बसण्यापेक्षा सर्वांचे सार किंवा सर्वांचा निष्कर्ष ते श्रोत्यांच्या पुढे ठेवतात, तो म्हणजे पंढरपूरच्या विठ्ठलावर शुद्ध भाव ठेवा.

आता तुकोबांनी सांगावे आणि लोकांनी ऐकावे अशा प्रकाराची अपेक्षा का करावी? विठ्ठलावर श्रद्धा का ठेवावी? असा प्रश्न कोणीही विचारू शकतो. तुकोबा आता विठ्ठलाची ओळख करून देतात. ती देताना ते गीतेचा आणि वेदांचा आधार घेतात. गीतेच्या पंधराव्या अध्यायात क्षर, अक्षर आणि पुरुषोत्तम म्हणजेच प्रकृती, पुरुष आणि परमेश्वर यांचे विवेचन आलेले आहे. गीतेतील हा सिद्धान्त म्हणजे जणू आगमाचे किंवा वेदांचे दही घुसळून काढलेले साररूप लोणीच आहे. वस्तुत: क्षर आणि अक्षर हे अंतिमत: पुरुषोत्तमाचेच भाग आहेत. '*क्षर अक्षर हे तुमचे विभाग कासयाने जग दुरी धरू?*' असा प्रश्न तुकोबा विचारतात. हाच पुरुषोत्तम परब्रह्मरूप पांडुरंग पंढरीत उभा ठाकला आहे. तोच धर्म आणि नीतीच्या- तत्त्व आणि व्यवहाराचे अधिष्ठान आहे. '*धर्माची तू मूर्ती। पाप-पुण्य तुझे हाती।।*' असे याच परमेश्वराला उद्देशून तुकोबांनी लिहिले आहे. गीतेच्या अठराव्या अध्यायात गीतेचा समारोप करताना कृष्णानेही अर्जुनाला सर्व धर्मांचा त्याग करून मला एकट्याला शरण ये असे सांगितले आहे. त्याचा अर्थ हाच आहे. '*तुमाचिया तोंडे। धर्म-अधर्माची खंडे।।*' या ओळीतून तुकोबांनी हाच आशय व्यक्त केला आहे. तुकोबांच्या काळी 'शरीर रक्षावे हा धर्म बोलती' अशा प्रकारचेही लोक होतेच.

अज्ञानापोटी किंवा जाणूनबुजून चुका करणाऱ्यांची फजिती करायची आणि जगाला चांगल्या वागणुकीची म्हणजेच नीतीची शिकवण द्यायची, हे कार्य तुकोबांनी अंगीकारले खरे; परंतु नाही म्हटले तरी या कामात काही लोक दुखावले जाणे शक्य होते. तुकोबांनी समकालीन समाजकंटकांची बिंगे फोडून त्यांची दुष्कृत्ये व दांभिकता उघड केली व तसे करताना तिखट शब्दांचा उपयोग केला. आपल्या शब्दांची तुलना वर्माला स्पर्श करणाऱ्या बब्रुवान या धनुर्धराच्या बाणांशी ते करतात. हे बाण अंगात घुसलेल्यांना वेदना होणार, हे उघड आहे, त्यामुळे मुळातच संवेदनशील असलेल्या तुकोबांच्या अंत:करणात त्याचे वाईट वाटले. ही नाही म्हटले तरी मानसिक हिंसा; अत एव पापच आहे, असे त्यांना वाटले, परंतु आपले हे कार्य आपण ईश्वराच्याच प्रेरणेतून करत आहोत याचीही त्यांना खात्री होती. म्हणून हे कार्य करताना जर काही दोष घडत असतील, तर त्यांचे निराकरण करण्याची जबाबदारीही ईश्वराचीच आहे, अशीही त्यांची रास्त धारणा आहे. म्हणून ते त्यालाच प्रार्थना करतात, की खलांची फजिती करताना त्यांच्या संपर्क–संसर्गातून जर काही पाप घडले असेल, तर त्याचा विटाळ आता तूच दूर कर. पाप दूर होणे, ही एक गोष्ट; परंतु मनाला शांती व समाधान मिळणे ही दुसरी बाब होय. त्यासाठी देवाने आपल्या हृदयात वास करावा व आपल्याला प्रेम द्यावे, असेही ते विनवतात. प्रेमाचे रसायन हाच सर्व व्याधींवरील रामबाण उपाय आहे. पाप लागू नये म्हणून दुर्जनांचा संपर्कच टाळणे हा एक पर्याय होऊ शकतो; परंतु तो स्वार्थी पलायनवाद आहे. तुकोबांना ते मान्य नाही. ते निधड्या अंत:करणाने त्यांच्यात जाऊन त्यांच्याशी दोन हात करतात. आपल्याला संसर्ग होऊन आपण आजारी पडू म्हणून रोग्याचा संपर्कच टाळण्याऐवजी त्याच्या सहवासात राहून त्याच्यावर औषधयोजना करणाऱ्या वैद्याची येथे आठवण होते; पण या वैद्यालाही जंतुनाशकांचा उपयोग करून स्वत:चे आरोग्य राखावे लागतेच.

आपल्या हातातील शब्दरूप शस्त्र तुकोबांनी समाजाला घातक ठरणाऱ्या, समाजाचे नुकसान करणाऱ्या दुष्टदुर्जनांवर चालवले. आपण बरे आणि आपला परमार्थ बरा, अशी आत्मकेंद्रित अलिप्ततावादी भूमिका त्यांनी कधीच पत्करली नाही. एरवी अध्यात्ममार्गाचा, देवाच्या शोधाचा उपदेश करणाऱ्या तुकोबांकडून असे टीकात्मक कडक शब्द ऐकताना काही लोकांना आश्चर्य वाटत असणार. मुळात हा आध्यात्मिक माणूस या भानगडीत कशाला पडतो? त्यामुळे त्याची शांती ढळत नसणार का? ईशचिंतनात व्यत्यय येत नसणार का? अशा प्रकारचे प्रश्न त्यांना पडत असणार.

तुकोबा प्रस्तुत अभंगातून अशा संभाव्य शंकांचे जणू समाधान करत आहेत. त्यांच्या दृष्टीने आध्यात्मिक साधना आणि लौकिक व्यवहारातील हस्तक्षेप यामध्ये विरोध नाही. उलट चांगल्या अध्यात्मासाठी निकोप सामाजिक वातावरण आवश्यक आहे. अध्यात्म म्हणजे दूषित सामाजिक वातावरणापासून आपल्याला अलिप्त ठेवण्याचा बचावात्मक पलायनमार्ग नव्हे. आरोग्यदायी वातावरणात केलेला व्यायाम अधिक परिणामकारक होईल. दूषित वातावरणापासून आपला बचाव करण्यापुरता व्यायाम करणे स्वार्थाचे ठरेल. वातावरणही चांगले करायला हवे.

सामाजिक वातावरणाचे शुद्धीकरण करायचे असेल, तर दुर्जनांचा मानभंग अवश्य करावा, त्याबद्दल कोणतीही अपराधभावना बाळगण्याचे कारण नाही. रस्त्यात पडलेल्या दगडाची ठेच लागून चालणाऱ्या कोणालाही दुखापत होऊ शकते. म्हणून त्याला उचलून दूर फेकून देणे केव्हाही योग्यच. रस्ता अडवून इतरांना त्रास देणाऱ्या, त्यांची छेडछाड करणाऱ्या गुंड प्रवृत्तीच्या व्यक्तीला लाथ मारुन बाजूला करण्यात काहीही गैर नाही. समजा, अशा खलाला प्रत्यक्ष शासन करणे शक्य नसेल, तर सर्वांनी त्याच्यावर बहिष्कार टाकावा, त्याच्याशी असहकार करावा.

स्वतःच्या शारीरिक आरोग्याचे रक्षण करण्यासाठी व्यक्ती आपली वाढलेली नखे जशी कापून टाकते, त्याप्रमाणे समाजपुरुषाचे आरोग्य ठीक राहावे यासाठी अशा दुष्ट, गुंड व खल लोकांचा शाब्दिक व प्रसंगी प्रत्यक्ष समाचार घेण्यात काही अनुचित नाही, ते कर्तव्यच आहे. *'तुका म्हणे त्याचे। पाप नाही ताडणाचे।।'* तुकोबांच्या अध्यात्माला अशा प्रकारे लौकिक परिमाणही आहे.

एका बाजूला धर्माच्या नावाखाली राजरोसपणे विषयोपभोग घेणाऱ्या तंत्रमार्गातील साधकांचा सुळसुळाट झालेला असताना, दुसऱ्या बाजूला वैराग्यमार्गाचा पुरस्कार करत सर्व विषयांचा त्याग करू पाहणारे काही लोकही अस्तित्वात होते. हे लोक विहित आणि उचित कर्माचाही त्याग करत. असा त्याग मोक्षासाठी आवश्यक असल्याची त्यांची धारणा होती. त्यांच्या या मिथ्या जाणिवेवर तुकोबांनी प्रस्तुत अभंगातून झगझगीत प्रकाश टाकला आहे.

तुकोबांच्या लक्षात आले, की कर्माचा आणि संबंधित विषयाचा त्याग करणाऱ्या या साधकांनी बाह्यत: कर्म सोडल्याचे दिसून येते खरे, परंतु वस्तुत: त्यांच्या मनात सतत या विषयांचे व तत्संबंधी कर्माचे चिंतन चाललेले असते. तुकोबा सांगतात, की त्याग ही आंतरिक अवस्था असते. ती मनोवृत्ती असते. विहित असलेला भोग घेणारा माणूस तो घेतो आणि पुढे जातो. तेथे रेंगाळत नाही, अडकून पडत नाही. या उलट त्यागमार्गाचे अनुसरण करणाऱ्या मंडळींनी ज्या विषयांचा बाह्यत: म्हणजे शारीरिक स्तरावर त्याग केलेला असतो, ते विषय त्यांच्या अंतर्मनात खोल रुतून बसलेले असतात. ज्यांचा बाह्यत: त्याग केलेला असतो त्या विषयांचा ते मनातल्या मनात पाठपुरावा करत असतात. तुकोबा स्पष्ट करतात की खरा त्याग हा मनातून व्हायला हवा. *'संन्यास तो वीरा। करणियेचा झणी करा'* अशा प्रकारे गीता, ज्ञानेश्वरीतही कर्मसंन्यासापेक्षा संकल्पसंन्यासाला महत्त्व दिलेले दिसून येते. कर्मापेक्षा कर्माच्या मानसिक चौकटीला अधिक महत्त्व आहे. मनात अलिप्त भाव ठेवून वाट्याला आलेली विहित कर्मे करणे आणि धर्माच्या चौकटीतील विषयांचे सेवन करणे या पद्धतीचे वर्णन तुकोबांनी *'सत्यवादी करी संसार सकळ। अलिप्त कमळ जळी जैसे।।'* पाण्यात उमललेले कमळाचे फूल पाण्याने कधीच भिजत नाही. त्याचप्रमाणे संसारात राहून संसारातील कर्मे करणारा हा साधक त्या कर्मापासून स्वतःला अलिप्त राखू शकतो. कर्माच्या अनुषंगाने येणाऱ्या दोषांना घाबरून साधक कर्माचा त्याग करू पाहतो. परंतु कोणतेही कर्म पूर्णपणे निर्दोष नसते हे लक्षात घेतले म्हणजे अशा उबग, उद्वेगाची गरज उरत नाही. *'तुका म्हणे गेला आळस किळस। अकर्तव्य दोष निवारला।।'* सरळ आहे की तुम्ही मिथ्या त्यागाने लोकांच्या डोळ्यांत धूळ टाकू शकाल, परंतु अंतर्यामी ईश्वराला कसे फसवाल?

मराठी संत-साहित्याची भाषा मराठीच असणार हे उघड आहे, (अर्थात मराठी संतांनी हिंदी भाषेतही अभंगरचना केली आहे; पण तो भाग वेगळा) मराठी भाषेवर मुख्यत्वे संस्कृत भाषेचा प्रभाव आहे, परंतु याचा अर्थ असा नाही, की संतांनी संस्कृतमधील शब्द आणि संकल्पना यांची फक्त उसनवारी केली. त्यांनी नवे शब्द घडवले. तसेच जुन्या शब्दांना वेगळे अर्थ दिले. त्यातून नव्या संकल्पना व्यक्त केल्या.

'आवडी' ही अशीच एक खास मराठी संतांनी पुढे आणलेली संकल्पना आहे. मराठी संतांच्या विशेषत: वारकऱ्यांच्या भक्तिमार्गातील ती एक महत्त्वाची संकल्पना ठरते. तुकोबा प्रस्तुत अभंगातून 'आवडी'ला केंद्रस्थानी ठेवून भक्तीच्या तत्त्वज्ञानाची मांडणी तिच्याभोवती करतात.

परमात्मा मुळात निर्गुण-निराकार असल्याचे मानले जाते. पण तो सगुण-साकार होऊ शकतो. कधी स्वतःच्या आवडीप्रमाणे, तर कधी भक्तांच्या आवडीनुसार. खरे तर सगुण-साकार होण्याची म्हणजेच विश्वनिर्मिती प्रक्रिया हीच मुळी त्याने त्याच्या आवडीचे समाधान करण्यासाठी सुरू केली. 'आवडी धरोनी आलेती आकारा। केला हा पसारा याच साठी।।' या शब्दांत तुकोबांनी ही प्रक्रिया स्पष्ट केली आहे.

परमात्मा भक्ताला हवे तसे भक्ताच्या आवडीप्रमाणेसुद्धा नटू शकतो. खरे तर 'रूपे अनंताची अनंत अपार' इतकी क्षमता त्याच्याकडे आहे. 'तुज अवघे होवो येते' असे तुकोबा त्याच्या शक्तीचे वर्णन त्यालाच ऐकवतात, मात्र भक्ताला या सर्वच रूपांमध्ये आवड असेल असे नाही. तो त्यातील आपल्या आवडीचे रूप निवडणार हे उघड आहे. पंढरीच्या विठ्ठलाची विटेवर उभी असलेली मूर्ती हा तुकोबांच्या आवडीचा विषय झालेला आहे. त्यांचे ध्यान याच गोजिऱ्या मूर्तीवर जडले आहे. 'आवडे हे रूप गोजिरे सगुण। पाहता लोचन सुखावले।।' हे त्यांनीच केलेल्या या रूपाचे वर्णन केले आहे, ईश्वराने भक्ताच्या आवडीनुसार हे रूप धारण केले याची तुकोबांना धन्यता वाटली. भक्ताची आवडी तृप्त होईल, तो ईश्वरापर्यंत पोहोचू शकेल. अशा वाटा त्यानेच निर्माण केल्या. एरवी त्याच्या निर्गुण-निराकार- अव्यक्त रूपापर्यंत पोहोचणे अवघडच आहे, त्याने वेगवेगळ्या भक्तांच्या आवडीनुसार वेगवेगळी रूपे धारण केली, वेगवेगळे मार्गही निर्मिले. आपल्या मुलांच्या रुचीनुसार व कुवतीनुसार आई त्यांना वेगळ्या पद्धतीने हवे नको ते देते असा हा प्रकार आहे.

> आवडी न पुरे सेविता न सरे। पडियेली धुरेसवे गाठी।।
> न पुरे हा जन्म रे सुख साठिता। पुढती ही आता हेचि मागो।।धृ।।
> मारगाची चिंता पालखी बैसता। नाही उसंतिता कोसपेणी।।
> तुका म्हणे माझी विठ्ठल माऊली। जाणे ते लागली तहान भूक।।

धन्य म्हणावे अशा संचिताच्या बळावर या जन्मात धुरेची म्हणजे भक्ताच्या सर्व मनोकामना पुरवणाऱ्या ईश्वराची गाठ पडली आहे व त्याच्या भक्तीतून मिळणारे सुख सेवन करताना आवडी तृप्तच होत नाही. बरे, ही वस्तूही अशी आहे, की तिचे कितीही सेवन केले तरी ती संपणार नाही. भक्तीच्या माध्यमातून परमात्म्याचे सेवा-सुख सेवन करणाऱ्या तुकोबांनी या जन्मात तरी आपली आवड पूर्ण होणार नसल्याची खात्री झाल्यामुळे ते हेच सुख आणखी भोगायला मिळावे म्हणून यानंतरही असेच जन्म मिळावेत, अशी इच्छा प्रदर्शित करतात.

लौकिक व्यवहाराच्या अंगाने विचार करणाऱ्याला कदाचित असे वाटेल, की तुकोबांसारखा एखादा भक्त जन्मभर भक्तिप्रेमसुखाचे असे सेवन करू पाहत असेल तर त्यांच्या रोजच्या जगण्यातील गरजांचे काय? त्या कोण भागवणार? तुकोबांना असा विश्वास आहे, की स्वत: श्री विठ्ठलच ती जबाबदारी घेईल. 'योगक्षेमं वहाम्यहम्' असे आश्वासन भगवंताने गीतेत दिलेले आहे, उक्तीची भक्ती इतकी पराकोटीची असेल, त्यात त्याला स्वत:च्या लौकिक गरजांचेही भान उरत नसेल तर त्यांना तसाच प्रतिसाद देणे ईश्वरालाही अगत्याचे ठरेल, यात संशय नाही.

देवाच्या संदर्भातील हा मुद्दा स्पष्ट करताना तुकोबांनी जाणीवपूर्वक मातेचा दृष्टान्त घेतलेला आहे. विठ्ठलाचा उल्लेख ते येथे 'विठ्ठल माऊली' असा करतात. लहान मुलांना खेळण्याचीच आवड अधिक असते. खेळात दंग असल्यावर त्यांना तहान-भुकेचीही शुद्ध राहत नाही, अशा वेळी मुलाच्या भुकेची वेळ केव्हा होते याचे भान आईला ठेवावे लागते. *'भोजनाची चिंता माय वाहे बाळा। आम्हा तरी खेळावरी चित्त।।'* हा तुकोबांचाच अनुभव आहे. या अभंगातही ते आपली विठ्ठल माऊली आमची भूक-तहान जाणते व त्याप्रमाणे आम्हाला योग्य वेळी खाऊ-पिऊ घालते असे सांगतात.

तुकोबांच्या भक्तीमधील तल्लीनता आणि ईश्वरावरील दृढ श्रद्धा या दोन्ही बाबी लक्षणीय आहेत, हे वेगळे सांगायची गरज नाही. त्यामुळेच त्यांना लौकिक वाटचालीची काळजी वाटत नाही. रस्ता किती लांब आहे, त्यात खाचखळगे किती आहेत, याची काळजी पालखीत बसलेला प्रवासी करत नाही. त्याप्रमाणे ज्यांचा सर्व भार विठ्ठलाने घेतला आहे त्यांना कसलीच काळजी नाही.

संतांनी, विशेषत: वारकरी पंथाच्या ज्ञानेश्वर–तुकारामादींनी लोकांना प्रारब्धवाद, दैववाद सांगितला; निष्क्रियतेचा उपदेश केला, असा एक समज विशेषत: सुशिक्षित लोकांत अजूनही आढळून येतो; परंतु संतांचे साहित्य पूर्वग्रहरहित होऊन वाचले, तर वस्तुस्थिती तशी नसल्याचे कोणाच्याही ध्यानात येईल. संतांनी कर्तृत्वभावातून येऊ शकणाऱ्या अहंकारावर टीका केली, नम्रता शिकवली; पण कर्म सोडायला आणि नशिबावर हवाला टाकायला कधी सांगितले नाही – उलट आव्हानपूर्ण जीवन जगायला त्यांनी प्रोत्साहन दिले. '*तुका म्हणे जिणे। शर्तींविण लाजिरवाणे।।*' असे तुकोबा म्हणतात. '*भिक्षापात्र अवलंबणे। जळो जिणे लाजिरवाणे।।*' असे म्हणत त्यांनी स्वत: कष्ट न करता परान्नपुष्टता हा हक्क मानणारांचा निषेध केला.

नेपोलियनच्या शब्दकोशात 'अशक्य' हा शब्दच नव्हता, असे आलंकारिक पद्धतीने म्हटले जाते. तुकोबा सांगतात, होणारच नाही इतके अवघड काहीच नसते. योजनाबद्ध रीतीने बुद्धिकौशल्याचा वापर करून कृती केली म्हणजे काहीही शक्य आहे. या कृतीत अभ्यासाला म्हणजे प्रयत्नाला किती महत्त्व असते, हे तुकोबा वेगवेगळे दाखले देऊन स्पष्ट करतात. जमिनीत नुकत्याच रुजलेल्या झाडाचे मूळ ओले असते, नाजूक असते; परंतु चिकाटी व जिद्दीच्या जोरावर ते कठीण खडक भेदून खोलवर जाते. त्याचप्रमाणे अभ्यासाच्या जोरावर कोणतीही अशक्य वाटणारी गोष्ट साध्य होऊ शकते. साध्या दोऱ्याच्या काचणीने दगडही कापला जाऊ शकतो. विष प्राशन केले असता प्राणी मृत्युमुखी पडतो हे सर्वांनाच ठाऊक आहे. तथापि हेच विष रोज थोडे थोडे घेत त्याची मात्रा वाढवत नेली, तर तेसुद्धा पचनी पडते. यासंदर्भात तुकोबांनी एक वेगळाच दाखला दिला आहे. गर्भधारणा होण्याच्या क्षणी स्त्रीच्या उदराचा आकार इतरांप्रमाणेच असतो; परंतु नंतर जसजशी बाळाची वाढ होते, तसतसा तो वाढतो व त्यात ते सामावून जाऊ शकते. दृष्टान्त जीवशास्त्रीय व शरीरशास्त्रीय आहे; परंतु तात्पर्य तेच आहे – एरव्ही अवघड वाटणारी गोष्ट प्रयत्नाने, योजनेने, धीर धरला असता शक्यतेच्या कोटीत येते. त्यामुळे प्रयत्न न करताच हे कसे जमायचे असे म्हणून स्वस्थ बसू नये, तसेच एकदा प्रयत्न करून कार्यसिद्धी झाली नाही तरी निराश न होता पुन्हा प्रयत्न करावेत, सराव करावा. अभ्यासाने होणार नाही, असे काहीच नाही.

प्रस्तुत अभंगातही तुकोबांनी अभ्यासाचा महिमा वर्णिला आहे. त्यातील शेवटची ओळ तर कधी सुभाषितासारखी, तर कधी म्हणीसारखी वापरली जाते. तुकोबांच्या म्हणण्याप्रमाणे अशक्य, असाध्य वाटणारी गोष्टही सायासाने म्हणजे प्रयत्न केला असता साध्य करता येते. या सायासाला अभ्यासाचे पाठबळ पाहिजे. आपला मुद्दा पटवण्यासाठी तुकोबा व्यवहारातील सर्वपरिचित दृष्टान्त देतात.

बचनाग हे एक अत्यंत जहाल विष आहे. त्याची अत्यल्प मात्रा जरी पोटात गेली तरी मृत्यू ठरलेलाच. तथापि काही लोक तोळाभर बचनाग खाताना दिसतात; पण तरीही त्यांना काहीही होत नाही. त्या विषाचा त्यांच्यावर काहीच परिणाम झालेला नसतो. हे कसे शक्य झाले, तर साधून – म्हणजे प्रयत्नपूर्वक, अभ्यासाच्या बळावर. या लोकांनी अत्यंत पद्धतशीरपणे नियमितपणाने थोडे थोडे बचनाग विष सेवन करण्याचा परिपाठ ठेवला, त्याचा परिणाम म्हणून त्यांच्या शरीरात ते विष पचवण्याची क्षमता निर्माण झाली. बघणारांना हा अघोरी प्रकार वाटतो, ते आश्चर्यचकित होतात; पण हे अभ्यासाने कोणालाही शक्य आहे.

दुसरे उदाहरण सर्पांचा खेळ दाखवणाऱ्या गारुड्यांचा आहे. सामान्य माणूस साप पाहिला तरी घाबरतो, त्याच्यापासून दूर पळतो किंवा त्याला मारायचा प्रयत्न करतो; परंतु गारुडी, मदारी लोक साप पकडू शकतात, त्याला पुंगीच्या नादावर डोलायला लावतात, सापाला हातात धरून खेळवतात. सामान्य माणसाला हे पाहून भययुक्त आश्चर्य वाटते. वास्तविक साप पकडणे, त्याला खेळवणे व हे करताना त्याने चावा घेऊ नये याचीही खबरदारी घेणे, हा सर्व अभ्यासाचा, कौशल्याचा व सरावाचा परिपाक आहे.

ज्ञानेश्वरीतही अशाच दृष्टान्तांच्या साहाय्याने अभ्यासाचे महत्त्व पटवून देण्यात आलेले आहे. *'अभ्यासाचेनि बळे। एकी गती अंतराळे। व्याघ्रसर्प प्रांजळे। केले एकी।। विष की आहारी पडे। समुद्री पायवाट जोडे। एकी ब्रह्म थोकडे। अभ्यासे केले।।'*

ज्ञानेश्वरांनी सर्पाबरोबर वाघाचाही उल्लेख केला आहे. वाघावर स्वार होऊन आणि हातात सापाचा चाबूक घेऊन भेटण्यासाठी आलेल्या चांगदेवांना त्यांनी पाहिले होते. ब्रह्म म्हणजे वेद असा संकेत असला तरी भाषेच्या माध्यमातून व्यक्त होणारे ज्ञान असाही अर्थ घेता येईल. अभ्यासाने माणूस सर्वज्ञसुद्धा होऊ शकतो.

'*तुका म्हणे देवा। वाद करीन, खरी सेवा।।*' अशी आपल्या सेवाभक्तीची खात्री असल्यामुळे तुकोबांनी देवाशी वाद केला. या वादात त्यांना संतांचा आधार होता. '*अरे दिले आम्हा हाती। वर्म वेवादाचे संती।।*' त्यामुळे '*मज संतांचा आधार। तू एकसे निर्विकार।। पाहा विचारोनी देवा। नको आम्हासवे दावा।।*' असा इशाराही त्यांनी देवाला देऊन पाहिला; परंतु हा वादसुद्धा संवादच व्हावा अशीच त्यांची भूमिका होती म्हणूनच '*करू आवडीने वाद। तुमच्या सुखाचा संवाद।।*' असे ते म्हणतात; पण त्यांची ही भूमिका व भावना कदाचित देवापर्यंत पोहोचली नसेल किंवा देवाने त्याकडे दुर्लक्ष केले असेल. म्हणून ते आता संवादाचे सूत्र धरून खरे तर वादच करत आहेत. आपला वाद हा संवाद समजावा, कारण मुळात देवाशी वाद करण्याचे सामर्थ्य जिवाकडे कोठून असणार?

तू वादात आम्हाला हार जाणार नाहीस, तेव्हा आता संवादाच्या शैलीत तुला काही ऐकवतो, काही विचारतो, असे सूतोवाच करून तुकोबा विचारतात, की तू देव आहेस, आम्हा जिवांपेक्षा श्रेष्ठ आहेस हे ठीक आहे; पण तुझे श्रेष्ठत्व, तुझा मोठेपणा आमच्यावर अवलंबून आहे. तुझे ऐश्वर्य आमच्या कष्टातून, कमीपणातून निष्पन्न झाले आहे. मानवी देहात मस्तकाला सर्वोच्च स्थान प्राप्त झाले आहे, त्याला उत्तमांग म्हणतात हे खरे; पण त्याचे उच्च स्थान त्याला आधार देणाऱ्या पायांमुळे आहे. मस्तकाचा भार पायांना सहन करावा लागतो. पाय जमिनीवर टेकलेले असतात. धूळमातीतून, काट्याकुट्यांतून चालतात. ते दुःख सहन करून ते त्याचा उपसर्ग मस्तकास लागू देत नाहीत. संपूर्ण शरीर हीच एक एकजिनसी व समग्र वस्तू मानली, तर त्याला सर्वच अवयवांची गरज असल्यामुळे पायांपेक्षा शिर महत्त्वाचे असे म्हणता येत नाही. कोणता अवयव श्रेष्ठ हा वादच निरर्थक ठरतो, कारण त्यांच्यातील भेदच काल्पनिक आहे. तेव्हा देवानेही याकडे वाद म्हणून न पाहता संवाद म्हणूनच पाहावे.

तुकोबांच्या या विवेचनास पूरक असा आणखी दृष्टान्त द्यायचा झाला, तर इमारतीचा पाया आणि कळस यांच्यातील संबंधाचा देता येईल. आकाशात झळाळणाऱ्या कळसाचे अस्तित्व जमिनीत पायाने तोललेले असते. संपूर्ण इमारत हे एकच एक अस्तित्व असते. पायाभरणी चुकीची झाली तर कळसाचे काम कोसळायला वेळ लागत नाही. बांधकामातील चांगल्या दर्जाचे साहित्य शिखरासाठी राखून ठेवून पायात निकृष्ट सामग्री वापरणे चुकीचे होईल, त्यांच्यातील संबंध संवादीच असायला हवा.

भारतामध्ये एकोणिसाव्या शतकात स्थापन झालेल्या धर्मपंथांमध्ये ब्राह्मो समाज व प्रार्थना समाज यांचा समावेश होतो. या दोन्ही पंथांनी स्वीकारलेले एक समान पायाभूत तत्त्व म्हणजे 'ईश्वराचे पितृत्व आणि मानवांचे भ्रातृत्व' हे होय. ईश्वर हा सर्व मानवांचा निर्माता म्हणजेच पिता हे मान्य केले, तर सर्वच मानव त्याची संतती आहेत, असे निष्पन्न होऊन ते एकमेकांचे बांधव ठरतात. प्रस्तुत अभंगातून तुकोबांनी हेच पायाभूत तत्त्व विशद करून सांगितले आहे.

'आपुला तो एक देव करूनी घ्यावा' असे तुकोबांचे एक वचन आहे. देवाला एकदा 'आपला' केला, म्हणजे 'देवाचे' असलेले सर्वच आपले होणार यात शंका नाही. आपल्या हातातील सूत्राला बांधलेला दोरा आपोआपच त्या सूत्राबरोबर आपल्याकडे येणार. ईश्वर हा सर्व जिवांचे जीवन आहे; परंतु त्याचा साक्षात्कार होऊन ते तत्त्व अंतःकरणात ठसवणे ही वेगळी गोष्ट आहे. देवाच्या नातेसंबंधातून सर्व भूतांशी नातेसंबंध प्रस्थापित झाल्यावर, सर्व भूतांचा आत्मा एकच आहे अशी अनुभूती आल्यावर, इतर जिवांचे सुखदुःख आपल्या अंतःकरणात उमटणार व आपल्या सुखदुःखाचेही प्रतिबिंब इतरांच्या अंतःकरणात पडणार हे उघड आहे. त्यातूनच एकमेकांच्या सुखाने सुखावणे व एकमेकांच्या दुःखाने कळवळणे शक्य होईल. बौद्ध तत्त्वज्ञानात मुदिता आणि करुणा यांना महत्त्व दिले आहे; परंतु त्यांचा आधार मैत्री हा मानला आहे. बौद्ध धर्म निरीश्वरवादी व अनात्मवादी असल्यामुळे त्यासाठी हे स्वाभाविकच म्हणावे लागते; परंतु संत ईश्वरवादी आणि आत्मा मानत असल्याने त्यांनी त्या चौकटीत आपल्याला अभिप्रेत असलेल्या मुदिता व करुणेची मांडणी केली.

यातून आणखीही काही निष्पन्न होते. दुसऱ्याच्या सुखाने आनंदित होणे ही मानसिक अवस्था आहे; पण आपल्या सुखात दुसऱ्यांना सहभागी करून घेता आले पाहिजे. त्याचबरोबर इतरांच्या दुःखाने दुःखी होताना ते दुःख निवारण करण्यासाठी प्रत्यक्ष कृतीही केली पाहिजे. नाही तर हा सर्व मामला भावनात्मक होऊन बसेल. संतांचे वैशिष्ट्य म्हणजे त्यांचे ज्ञान व त्यांची करुणा कृतिशील असते.

लोकांना उपदेश करणे हे तुकोबांनी अंगीकारलेले व्रतच होते. भाषेतील ज्या शब्दांनी उपदेश करता येतो, त्याच शब्दांनी देवाची पूजाही करता येते. *'शब्दांचिये रत्ने करुनी अलंकार। तेणे विश्वंभर पूजियेला।।'* असे त्यांनीच सांगितले आहे. ही पूजा आपल्या आवडीप्रमाणे करता येते, याचे तुकोबांना समाधान आहे; परंतु उपदेशासाठी केलेल्या बोलण्याबद्दल मात्र तसे नाही. हे बोलणे ते कर्तव्य म्हणून करतात किंवा तो त्यांचा स्वभावच झाला आहे असे म्हणता येईल. म्हणून तर त्यांनी नदीच्या वाहत्या पाण्याची उपमा वापरली आहे. नदी वाहतच असते. तिच्या पाण्याचा कोणी उपयोग करावा, कशासाठी करावा, हे ज्याच्या त्याच्या नशिबावर अवलंबून आहे; तसेच तुकोबांच्या या उपदेशाचेही.

तुकोबांवर असे म्हणण्याची वेळ आली, कारण काही लोक त्यांच्या उपदेशाकडे दुर्लक्ष करत असत. खरे तर या उपदेशाचे अनुसरण करण्याने त्यांचा फायदाच होणार होता; पण त्यांना हे कळत नव्हते. तुकोबांना त्यांच्याविषयी कीव वाटते. उपदेश ग्रहण करून त्याचे पालन करणारे खरे भाग्यवान; पण जे त्याच्याकडे दुर्लक्ष करतात, त्यांना तोंडात घास दिलेला असताना तोंड फिरवणारे करंटे, कमनशिबी म्हणावे लागते.

तुकोबांचा उपदेश हा पावसासारखा होतो. पाऊस पडतच असतो. ते निसर्गसिद्ध स्वाभाविकच आहे, शिवाय तो पडताना जमिनीबाबत कोणताही पक्षपात करत नाही, आवडनिवड करत नाही. तो सुपीक जमिनीवरही पडतो, बरड जमिनीवरही पडतो. आता कोणत्या जमिनीने किती पिकावे, हे त्या जमिनीच्या भाग्यावर अवलंबून ठरते. *'पर्जन्ये पडावे आपुल्या स्वभावे। आपुल्याला दैवे पिके भूमी।।'*

जमीन काय प्रतीची आहे, हा तिच्या दैवाचा भाग म्हणावा लागतो. त्याचप्रमाणे तुकोबांच्या उपदेशाचे श्रवण करून त्यानुसार वागण्याची इच्छा होणे यासाठी लागणारा अधिकार किंवा पात्रता भाग्य योगानेच मिळते, असे म्हणावे लागते. करंट्या भाग्यहीनांबद्दल तुकोबांना सहानुभूती वाटत असणार हे उघड आहे; परंतु एका विशिष्ट मर्यादेच्या बाहेर आपण काही करू शकत नाही, याचीही त्यांना जाणीव आहे. पण कर्तव्यपूर्तीचे समाधान हेही नसे थोडके! देवाची पूजा स्वकर्मपुष्पांनी करावी असे ज्ञानेश्वरीत म्हटले आहे. तुकोबा या कर्माला ईशपूजाच समजतात.

आपले दैवत श्रीविठ्ठल भक्तांवर मायेची पाखर घालते. त्याच्याकडील प्रेमाचे वर्णनच करायचे झाले तर *'तू माऊलीहून मयाळ। पाणियाहून पातळ। चंद्राहून शीतळ। कल्लोळ प्रेमाचा।।'* असेच म्हणावे लागते. तुकोबा प्रस्तुत अभंगामधून याच त्यांच्या विठोबाच्या प्रेमभावाचे आणखी वर्णन करतात. ते करताना विठ्ठल आपल्या भक्तांसाठी काय काय करतो हेही सांगतात. भक्तास दैवताचा शोध घ्यायचा असेल, तर प्रथम गुरूचा शोध घ्यावा लागतो. चांगला गुरू भेटला तर तो साधकाला योग्य असे मार्गदर्शन करून देवापर्यंत पोहोचवतो; पण ही काही नेहमीच घडणारी घटना नव्हे. पुष्कळदा गुरूच अपूर्ण असतो, तो शिष्याची दिशाभूलही करु शकतो. विठ्ठल या दैवताच्या बाबतीत मात्र असे काही घडू शकत नाही, याची ग्वाही तुकोबा देतात. ते म्हणतात, की विठ्ठलाला शुद्ध भाव असलेला भक्त आढळून आला, तर त्याला योग्य वाट दाखवण्यासाठी विठ्ठल स्वत: त्याचा गुरूही होतो. स्वत: तुकोबांच्या संदर्भात अशी घटना घडली असल्याचे तुकाराम चरित्रकार महिपती ताराबादकर सांगतात. तुकोबा स्वत: होऊन कोणत्याही गुरूकडे जायला तयार नव्हते, तेव्हा विठ्ठलाने बाबाजी चैतन्य यांचे रूप धारण केले व तुकोबांच्या स्वप्नात जाऊन त्यांना राम–कृष्ण–हरी हा मंत्र दिल्याचे महिपतीकृत स्पष्टीकरण आहे. भक्ताच्या आध्यात्मिक कल्याणाचीच विठ्ठल काळजी घेतो असे नसून, तो त्याच्या लौकिक अडचणींच्या प्रसंगीही त्याचे रक्षण करतो, त्याचा सर्व बाजूंनी सांभाळ करतो. त्याच्यावर आलेल्या संकटांचे निवारण करतो.

'घात आघात निवारी। छाया पितांबर करी।।'

भक्तांच्या योगक्षेमाचीही विठ्ठल जबाबदारी घेतो असे तुकोबा सांगतात. गीतेत भगवंतांनीही तसे वचन दिले आहे. योग म्हणजे अप्राप्त वस्तूची प्राप्ती आणि क्षेम म्हणजे प्राप्त वस्तूचे रक्षण. *'कठीण योगाहूनी क्षेम'* असा तुकोबांचाही अनुभव आहेच. भक्तांच्या जीवनात विठ्ठल त्यांच्या इच्छा पूर्ण करतो, त्यांच्या देहाच्या गरजांची तो काळजी घेतो आणि त्यांचा अंतकाळ आला असता त्यांचे आत्मभान जागृत ठेवून त्याला आपल्यापर्यंत आणतो. म्हणून तर *'पडता जडभारी। दासी आठवावा हरी।। मग तो होऊ नेदी शीण। आड घाली सुदर्शन।।'*

प्रपंचाकडे पाठ फिरवून देवाला आपलासा करण्याचा प्रयत्न करणाऱ्या तुकोबांना जेव्हा देवाकडून अपेक्षित प्रतिसाद मिळत नव्हता, तेव्हा त्यांचे मन नैराश्याने ग्रासून जाणे स्वाभाविकच होते. त्यात भर पडली ती त्यांची तळमळ समजावून घेण्याऐवजी चेष्टा करणाऱ्या स्वकीयांची, त्यामुळे त्यांनी उद्विग्न होणेही स्वाभाविक आहे. ही उद्विग्नता 'देव मेला' या सीमेपर्यंत पोहोचली होती.

अर्थात, परमात्म्याच्या दरबारात प्रवेश मिळायचा तो तावून सुलाखून निघाल्यानंतरच मिळणार हे उघड आहे. 'शुद्ध कसोनि पाहावे। वरील रंगा न भुलावे।' हा तेथला रिवाज असल्याचे स्वत: तुकोबांनीच सांगितले आहे. अशा कसोटीला उतरायला तुकोबा केव्हाही सिद्ध होते. 'मन माझे पाहे कसून। चित्त न ढळे तुजपासून।। मजवरी घाली घन। परी न सोडी तुझे चरण।।' इतकी त्यांची तयारी होती.

तुकोबांच्या या सिद्धतेला पुढे अपेक्षित असा प्रतिसाद मिळाला. देव कोठेच दिसत नाही म्हणून सैरभैरपणा अनुभवणाऱ्या तुकोबांना तो सर्वत्रच असल्याचा, इतकेच नव्हे, तर सदैव आपल्याबरोबर असल्याचा अनुभव आला. आपल्या निकट वास करणारा हा परमेश्वर आपला सोबतीच असून, तो आपल्या वाटचालीत आपली पाठराखण करतो. आवश्यकता असेल तेव्हा हाताला धरून चालण्यासाठी मदत करतो, हा एक वेगळाच अनुभव होता. नैराश्य दूर करणारा हा अनुभव घेतल्यावर तुकोबा तो साजरा करू इच्छितात. हा अभंग म्हणजे त्याचीच एक अभिव्यक्ती आहे.

भक्ताच्या मागे–पुढे उभे राहून त्याचा सांभाळ करणाऱ्या या भगवंताने आपला लाजरेबुजरेपणा संपवला. आपण त्याच्या कृपेने बोलू लागलो. या बोलण्यात काही कमी–जास्त झाले, तर ते यथायोग्य करण्याचे कामही तो करत असतो. त्याची कृपा झाल्यामुळे, अगोदर जे लोक शत्रूसारखे वाटत होते, ज्यांच्यापासून दूर जायची इच्छा होत होती, ते आता आपले आप्तस्वकीय वाटू लागले, लोकपालांसारखे आदरणीय वाटू लागले. जो लोक पूर्वी परदेश वाटत होता, तेथे आता इतका मोकळेपणा आहे, की तेथील जगणे हीच एक क्रीडा झाली आहे. परमात्म्याचे सुख जणू ओतप्रोत भरले आहे. विशेष म्हणजे हा अनुभव तुकोबा देवालाच सांगतात, हेही एक आत्मनिवेदनच होय.

हा तो नव्हे काही निराशेचा ठाव। भले पोटी वाव राखलिया।।
विश्वंभरे विश्व सामाविले पोटी। तेथे चि शेवटी आम्ही असो।।धृ।।
नेणता चिंतन करितो अंतरी। तेणे अभ्यंतरी उमटेळ।।
तुका म्हणे माझा स्वामी अबोळणा। पुरवू खुणे खुणा जाणतसो।।

जगापासून दुरावलो आणि देवही जवळ करेना अशा अवस्थेत तुकोबांच्या मनात नाना विचारतरंग उठणे स्वाभाविकच होते, त्यातील एक टोकाचा तरंग म्हणजे *'माझे लेखी देव मेला। असो त्याला असो द्या।।'* हा होय. काही आधुनिक लोक त्यातून तुकोबा देवच मानत नव्हते, असे सिद्ध करण्यासाठी प्रयत्न करतात, हा एक विनोदच म्हणावा लागतो.

प्रस्तुत अभंगात तुकोबा अंतःकरणात दाटलेले निराशेचे मळभ झटकून दूर करतात. हा काही केवळ त्यांनी स्वतःच स्वतःला दिलेला दिलासा किंवा धीर नाही, तर अद्यापही त्यांचा विश्वास तसाच असल्याचे हे द्योतक आहे.

नाउमेद आणि निरुत्साहित करणाऱ्या परिस्थितीला सामोरे जाण्याची वेळ आली तरी तुकोबा स्वतःला बजावतात, की निराश व्हायचे कारण नाही. पोटात म्हणजे मनात आशेला पुरेशी जागा ठेवावी. हे संपूर्ण विश्व विश्वंभराच्या म्हणजे परमात्म्याच्याच मध्ये सामावले आहे आणि आपण जर याच विश्वाचा घटक असू, तर आपणही अंतिमतः परमात्म्यामध्येच आहोत, तर मग चिंतेचे काय कारण? जर आपण त्याचेच घटकावयव आहोत, तर आपली काळजी घेणे त्यालाही आवश्यक आहे.

आपण कोणी शास्त्रज्ञ, पंडित, वाचक नाही याची जाणीव तुकोबांना होती; पण तरीही आपण परमात्म्यावर विश्वास ठेवून त्याचे चिंतन करत आहोत, तेव्हा त्याचा काही तरी दृश्य परिणाम होईलच. तो आज होऊ द्या किंवा उद्या. आपण देवापुढे एवढे आत्मनिवेदन केले, त्याच्याशी संवाद साधण्याचा प्रयत्न केला, वादही घातला, कलहसुद्धा केला; पण त्याच्याकडून काही प्रत्यक्ष प्रतिसाद मिळताना दिसत नाही. त्यावर तुकोबा म्हणतात, की हा ईश्वर अबोळणा असला, त्याने मौन धारण केले असले, तरी त्याला खुणांचीही भाषा कळते. मी आता त्याच्याशी त्या माध्यमातून संवाद करेन. मला खात्री आहे, की ती त्याला समजेल आणि तो उचित तेच करेल.

विश्वंभर या नावाचा एक अर्थ विश्वात भरलेला; पण तुकोबा या ठिकाणी आणखीही एक अर्थाची योजना करतात. विश्व ज्याच्यात भरलेले आहे तो विश्वंभर! देव विश्वव्यापक आणि विश्वात भरून उरणारा आहे. विश्वोत्तीर्ण हा शब्द याच अर्थाने वापरला जातो

ज्या भक्तांची परमात्मा सर्वतोपरी काळजी वाहतो, ज्यांचे सर्व बाजूंनी रक्षण करतो, त्यांचे वर्णन तुकोबा प्रस्तुत अभंगातून करतात. निष्ठावंत भाव हा या भक्तांचा स्वधर्म असल्याचे ते सांगतात. आपल्या परंपरेत स्वधर्म या संकल्पनेला फार महत्त्व आहे. भगवद्गीतेत तर स्वधर्माची संकल्पना मध्यवर्ती आहे. परधर्माला अनुरूप काम करण्यापेक्षा स्वधर्माचरण करताना मरण आले तरी ते स्वीकारावे असे भगवद्गीता सांगते. ज्ञानेश्वरांनीही स्वधर्माची महती गायिली आहे. स्वधर्म ठरवण्यासाठी वर्णाचा उपयोग केला जातो. त्यानुसार युद्ध करणे हा क्षत्रियाचा स्वधर्म होय.

तुकोबा सांगतात, की निष्ठावंत भाव ठेवणे हा भक्ताचा स्वधर्म होय. काहीही झाले तरी तो आपला भाव भंगू देत नाही, सोडत नाही. भक्ताच्या या भावरूपी स्वधर्माचे वर्म म्हणजे रहस्य किंवा मर्मसुद्धा तुकोबा सांगून टाकतात. निर्धार म्हणजे निश्चय हे या धर्माचे वर्म आहे. ते चुकू दिले नाही, म्हणजे निर्धार सोडला नाही, की धर्माचे वर्म सांभाळण्यासारखे झाले. 'धर्म आहे वर्माअंगी' हे तुकोबांचे वचन लक्षात घेतले म्हणजे भाव आणि निर्धार यांच्यातील नाते समजून येते. उदाहरणच द्यायचे झाले तरी भक्त प्रल्हादाचे देता येईल. प्रल्हादाचा पिता हिरण्यकश्यपू याने त्याचा पराकोटीचा छळ केला, त्याची हत्या करण्याचे प्रयत्न केले. प्रल्हादाने विष्णूची भक्ती करणे थांबवावे, त्याचे नाम घेऊ नये, असा त्याच्या पित्याचा आग्रह होता. भक्ताच्या स्वधर्माला प्रल्हाद जागला. त्याने आपली निष्ठा विचलित होऊ दिली नाही. निर्धार सोडला नाही. बापाने केलेला छळ त्याने न डगमगता सहन केला.

भक्ताचा विठ्ठलावरील विश्वास कसा असतो, तर तो दुसऱ्या कोणाचीही अपेक्षा करत नाही. जे काही बरेवाईट व्हायचे असेल ते माझ्याच देवाकडून होऊ दे, असा त्याचा निश्चय असतो. तो कोणत्याही प्रसंगी निश्चल राहातो. म्हणजे त्याच्या निश्चयात वा निर्धारात कसलीही चलबिचल होत नाही. तो असे वागू शकतो, याचे कारणच मुळी तो निष्काम असतो. देवाची भक्ती करून त्याला काहीही मिळवायचे नसते. भक्ती हेच त्याचे साध्य असते. तुकोबा म्हणतात, की अशा भक्ताची उपेक्षा देव करूच शकत नाही. *'भक्ता नारायण नुपेक्षी सर्वथा। कृपावंत ऐसा कळो आले।।'*

तुकोबांच्या आयुष्यातील अखेरच्या काही वर्षांचा अपवाद सोडला, तर त्या वेळी देशात मोगलादी परकीयांचेच राज्य होते. भारतीय राजकीय परंपरेत एके काळी राज्याभिषेक समारंभाला अत्यंत महत्त्व होते. हा समारंभ सर्वज्ञात होता. राज्याचा वारसदार अधिकृतपणे राजसिंहासनावर बसून सत्ताधीश राजा होण्यासाठी धर्मशास्त्रानुसार कराव्या लागणाऱ्या विधीला राज्याभिषेक म्हटले जाई. ही परंपरा वेदकाळापासून चालत आलेली होती; पण दरम्यान इस्लामी राजवटीत ती लुप्तप्राय झाली. इ.स. १६७४ मध्ये शिवाजी महाराजांनी स्वतःला राज्याभिषेक करवून तिचे पुनरुज्जीवन केले. प्रस्तुत अभंगात तुकोबांनी राज्याभिषेक विधीचे रूपक आपले आध्यात्मिक स्थान स्पष्ट करण्यासाठी वापरले आहे. ते सांगतात, की ईश्वरानेच अभिषेक करून त्यांना एकछत्री राज्य बहाल केले. तुकोबांची यासाठी निवड करताना त्यांची वंशपरंपरा, कुलपरंपरा पाहून ते त्यासाठी पात्र आहेत किंवा नाहीत याची तपासणी ईश्वराने केली. तुकोबांना यासंदर्भात त्यांच्या मोरे घराण्याची वंशावळी अर्थातच अभिप्रेत नाही. अतिप्राचीन काळापासून ईश्वराने आपले ज्ञान अधिकारी ऋषीमुनींच्यामार्फत प्रकट केले, त्यांच्याकरवी 'म्हणविले.' पूर्वी ऋषीमुनींच्या माध्यमातून 'म्हणविले' गेलेले, प्रकट केलेले ज्ञान पुढे संक्रमित होण्यासाठी आता ईश्वरानेच तुकोबांची निवड केली आणि त्यांना अभिषिक्त केले. एके काळी हे राज्य वैदिक ऋषींचे होते, आज त्याचे उत्तराधिकारी तुकोबा आहेत. तुकोबांनी विठ्ठलाच्या आदेशावरून व नामदेवांच्या प्रेरणेतून मराठीत अभंगरचना करायास सुरुवात केली. तेव्हा त्यातून प्रकट होणारा अनुभवार्थ वेदातील अर्थाशी जुळतो हे पाहून तेव्हाच्या जातीय सनातनी प्रवृत्तींनी आक्षेप घेतले. तुकोबांना तसे करण्याचा अधिकारच नाही, तो फक्त जातिब्राह्मणांचाच असतो, असे या आक्षेपाचे स्वरूप होते. त्यावर तुकोबांनी '*वेदांचा तो अर्थ आम्हासींच ठाव! येरांनी वाहावा भार माथा।।*' असे म्हणत जणू आव्हानच दिले. त्यांनी अशी भूमिका घेतली, की ते ईश्वराच्या राज्याचे खरे वारसदार असून, ईश्वरानेच त्यासाठी त्यांची निवड केली आहे. हा जणू राज्याभिषेकच आहे. राज्याभिषेकात मस्तकावर छत्र धरले जाते, त्याचप्रमाणे विशिष्ट वाद्यांचा ध्वनी केला जातो. अध्यात्मसाधनेत ऐकू येणारा अनाहत नाद हाच येथे वाद्यध्वनी आहे. अध्यात्मातील इतर अनुभवांचाही तुकोबा उपयोग करतात.

मनुष्य हा उपजत स्वतंत्र प्राणी आहे याबद्दल बहुतेक विचारवंतांचे एकमत असते. परंतु या स्वातंत्र्याचा उपयोग कसा करावा हे त्याला न कळल्यामुळे जो जितका जास्त समर्थ तो तितका जास्त स्वातंत्र्याचा उपभोग घेतो. पण त्याचाच परिणाम म्हणजे जे दुर्बल आहेत, त्यांना त्यांचे स्वातंत्र्य उपभोगता येत नाही, म्हणून तर राज्य संस्थेची निर्मिती झाली. राज्याने आपल्या जवळील दमनयंत्रणेचा योग्य उपयोग करून प्रत्येकाला त्याच्या स्वातंत्र्याचा उचित प्रमाणात उपयोग घेऊ द्यावा, कोणी कोणाच्या स्वातंत्र्यावर अतिक्रमण करु नये. त्याच्या मार्गात अडथळा आणू नये हा यामागचा उद्देश. तो साध्य करण्यासाठी नागरिक स्वत: होऊन आपल्या स्वातंत्र्याचा काही भाग आपण होऊन राज्याकडे सुपूर्त करतात.

तथापि, एखादे वेळी राज्य त्याला प्रजेने दिलेल्या अधिकारांचा दुरुपयोग करून स्वत:च प्रजेच्या हक्कांवर अतिक्रमण करते. आपले कर्तव्य बजावत नाही. जेव्हा अमर्याद अशी राजेशाही होती तेव्हा हा प्रकार नेहमीचाच होता. लोकशाहीतसुद्धा त्याची टांगती तलवार असते. अशा परिस्थितीत रामराज्याची कल्पना अर्थपूर्ण ठरते. रामराज्य म्हणजे आदर्श राज्य. या राज्यात समृद्धी व सुबत्ता असते. धनधान्यांची रेलचेल असते. दूधदुभते मुबलक असते, तुकोबा सांगतात, की या राज्यात कोणाला कशाचीही कमतरता भासत नाही. प्रजा सुखी असते. दुःख कोणाच्या स्वप्नातही नसते.

तुकोबांना अभिप्रेत असलेल्या रामराज्यात राजा आणि प्रजा यांचे संबंध कसे असतात, तर लोकशाहीत असावेत तसे. राजासह सर्व नागरिक समान मानले जातात, तुकोबा म्हणतात, '*रामराज्य राम प्रजा लोकपाल। एकची सकळ दुजे नाही॥ मंगळावाचुनि उमटेना वाणी। अखंडचि खाणी एकरस॥ मोडिले हे स्वामी ठायठाव सेवा। वाढवावा हेवा कोणा अंगे॥ तुका म्हणे पाहे तिकडे सारिखे। आपुले पारिखे निरसले॥*' या राज्यात स्वामीच प्रजेची सेवा करतो. सर्व स्तरांवरील समतेमुळे आपपरभावही नष्ट झाला.

तुकोबांचा काळ हा इस्लामी सत्ता आणि शिवरायांचे स्वराज्य यांच्यामधील संक्रमण अवस्थेचा. या काळात त्यांनी केलेले रामराज्याचे वर्णन ज्यांनी ऐकले त्यांच्या अपेक्षा किती उंचावल्या असणार हे वेगळे सांगायला नको. हे रामराज्य कोणत्याही राज्याचे मूल्यमापन करण्याचा जणू मानदंडच आहे.

परमार्थ करणाऱ्या किंवा करू इच्छिणाऱ्या माणसांनी प्रापंचिक व्यवहारांपासून निवृत्त व्हावे, अशी पारंपरिक धारणा आहे, तिला भगवद्गीतेने लोकसंग्रहाचे तत्त्वज्ञान सांगून छेद दिला. गीतेने आजन्म निष्काम कर्म करायला सांगितले, तेदेखील स्थितप्रज्ञाच्या समतोल बुद्धीने. ही गोष्ट तेवढी सोपी नाही. शिवाय, ब्रह्मज्ञान झाल्यानंतर कर्माची कटकट नकोच, या समजुतीचा पगडा. अशा वेळी तुकोबा विठ्ठलालाच साकडे घालतात, की ज्ञान झाले तरी ते विसरण्याची क्षमता मला दे, कर्म करण्यासाठी नेणतेपण किंवा अज्ञान अवस्था आवश्यक असेल तर ती स्वीकारायला मी तयार आहे. *'तुका म्हणे होय जाणोनी नेणता। आवडे अनंता जीवाहूनी।।'* हा संकेत तुकोबांना चांगलाच ठाऊक होता. *'जाणोनि नेणोनि अंगा आली दशा। मग होय इच्छा आपणची।।'* असे त्या सर्वश्रेष्ठ अवस्थेचे वर्णनही ते करतात.

मात्र, ही दशा साध्य होण्यासाठी ईश्वरी प्रेमाची गरज असल्याचेही तुकोबांना ठाऊक होते. म्हणून ते देवाकडे ती प्रेमखूणही मागतात. ज्ञानामुळे कर्मात येऊ शकणारा अडसर घालवण्यासाठी प्रेमाची गरज असते, हे वेगळे सांगायला नको. एखाद्या मोठ्या अधिकारपदावर असलेला साहेब घरी आल्यानंतर त्या अधिकाराचा बडेजाव विसरून बायकापोरांशी ज्या तऱ्हेने वागतो, ते पाहिले म्हणजे हे केवळ नात्यातल्या प्रेमानेच शक्य होते हेही लक्षात येते.

या अवस्थेत घडणाऱ्या कर्मांचा लेप कर्त्याला लागत नसतो. पाण्यातले कमळ भिजत नाही, तसा हा प्रकार आहे. अशा प्रकारे कर्म करताना कोणी त्या कर्माची स्तुती केली काय किंवा निंदा केली काय, सारखीच. अशा अवस्थेतील पारमार्थिकांना प्रपंच समोर साक्षात दिसत असला तरी तो स्वप्नासारखा आहे, या जाणिवेनेच कर्मे घडतात, या अवस्थेत केलेल्या कर्मांचा शीणही होत नाही.

कर्म, ज्ञान आणि भक्ती म्हणजेच प्रेम यांचा सुयोग्य मेळ घालता आला, तर मानवी जीवन वैयक्तिक आणि सामाजिक या दोन्ही स्तरांवर सफल व सार्थक होते, हा संदेश प्रस्तुत अभंगातून मिळतो. गीता – ज्ञानेश्वरीच्या तत्त्वज्ञानाचा विस्तार तुकोबांच्या अभंगांमधून आढळतो तो असा.

ईश्वराची भक्ती करणारे अनेक आहेत; परंतु तुकोबा ज्या भक्तांविषयी या अभंगातून सांगत आहेत, त्यांच्या भक्तीची श्रेणी फार वरची आहे. अशा भक्तांचा मोठेपणा फक्त भक्तांनाच कळू शकतो, इतरांना तो कळणेही शक्य नाही. *'तुका म्हणे अंगे व्हावे ते आपण। तरीच महिमान येईल कळो।।'* तुकोबा स्वत: अशा कोटीतील भक्त असल्यामुळे त्यांना भक्तमहिमा बरोबर समजला व त्यांनी तो या महत्त्वाच्या अभंगातून प्रकट केला. भक्त हे भोळे, भाबडे, अजाण असल्याचा समज आहे; पण वस्तुस्थिती तशी नाही.

सर्वोच्च मानले गेलेले ब्रह्मज्ञान संतांना झालेले असते. आत्मा म्हणजे मी ब्रह्मरूप आहे, ही जाणीव त्यांच्या अंगी दृढ झालेली असते; पण भक्तीच्या सुखासाठी ते ही जाणीव गुंडाळून ठेवतात. ते जाणून नेणते होतात. *'ठेवा जाणीव गुंडून। येथे भावचि प्रमाण।।'* भाव म्हणजे जाणोन नेणते होण्याची अवस्था. *'तुका म्हणे होय जाणून नेणता। आवडे अनंता जीवाहून।।'* भक्तांना जीव आणि परमात्मा यांच्यातील अभेदाचा साक्षात्कार झालेला असतो; पण या अभेद अवस्थेतही ते आपले वेगळेपण राखून ठेवतात. त्यांचे हे वेगळेपण पाण्यात ठेवलेल्या बर्फाच्या तुकड्यासारखे असते. बर्फ जलस्वरूपच आहे; पण तरीसुद्धा तो पाण्यात ठेवला तर वेगळा दिसतो. भक्तांनी आपल्या अंगात भेद राखला, कारण त्यांना जगात प्रेमसुखाचा सुकाळ करायचा आहे. अभेद अवस्थेत प्रेमसुखाला वाव नाही. भक्तीप्रेमाला जागा नाही. भक्तांनी कथाकीर्तनांच्या माध्यमातून टाळ-मृदंगाच्या गजरात भक्तिमार्गाचा प्रसार केला. तो करताना त्यांनी कोणत्याही प्रकारचा पंक्तिप्रपंच केला नाही. एखादा माणूस मूर्ख आहे म्हणून त्याला दूर लोटायचे, तर दुसरा एखादा राजदरबारातील बडा अधिकारी आहे म्हणून त्याला जवळ करायचे हा प्रकार या भक्तांकडे नाही. ते सर्वांचाच उद्धार करतात, भक्तिसुखाची लयलूट करवतात. *'तुका म्हणजे जना सकळांसहित। घेऊ अखंडित प्रेमसुख।।'* हा त्यांचा आयुष्यक्रमच असतो. *'सेवितो हा रस वाटितो आणिका। घ्या रे, होऊ नका रानभरी।।'* असे ते सर्वांना निमंत्रित करतात. ही गोष्ट ज्ञानमार्गात वा कर्ममार्गात शक्य नाही.

भारतीय दर्शनांचे वर्गीकरण करायची एक सर्वमान्य पद्धत म्हणजे दर्शन भेदवादी आहे की अभेदवादी आहे, याचा विचार करणे. एकदा या विचारात अडकले, की मग भक्तीकडे दुर्लक्ष होते. वादविवाद आणि शुष्क चर्चा यातच आयुष्य निघून जाते. *'भेदाभेद ताळा न घडे घालिता। आठवा हो आता नारायण।।'* असे तुकोबांना म्हणावे लागले ते याच कारणामुळे. अभेद अथवा अद्वैती तत्त्वज्ञानाने प्रभावित झालेला साधक भक्तीकडे दुर्लक्ष करण्याची शक्यताच अधिक. अद्वैतवादी साधक जिवाला ब्रह्मरूप, ईश्वरच मानतो; पण अशा प्रकारे जीव आणि शिव, आत्मा आणि परमात्मा एकाच म्हणजे समान पातळीवर आले, तर भक्तीचा व्यवहार कसा होणार? कोण देव आणि कोण भक्त? कोण स्वामी आणि कोण सेवक? तुकोबांना भक्तीची इतकी आवड होती, की त्यांनी देवाला निक्षून सांगितले, *'तू स्वामी मी सेवक। उंच पद एक नीच। ऐसे करावे कौतुक। करु नको खंडना।।'*

प्रस्तुत अभंगातून तुकोबा देवालाच विचारतात, की अद्वैत मताला अनुसरून तुम्ही आणि आम्ही एकसारखे झालो, आपल्यातील भेदरेषा पुसली, तर मग कोण कोणाची भक्ती करणार? कोण कोणाची स्तुतिस्तोत्रे गाणार? आम्हाला भेदाभेदाच्या चर्चेत स्वारस्य नाही.

'भेदाभेद मते भ्रमाचे संवाद। त्यासी नको वाद मज देवा।।' त्यामुळे आम्हाला आम्ही या जीवदशेत जसे आहोत तसेच राहू दे. आम्हाला कोणी नेणते म्हणजे अज्ञानी म्हणेल तर म्हणू दे. लहान मूल नेणते असते म्हणून तर त्याची आई त्याचा सांभाळ करते, त्याच्याकडे लक्ष देते, त्याचे हट्ट पुरवते. आम्हीसुद्धा अशाच नेणतेपणातून तुला आळवतो. या आळवण्यापासूनच आमच्या शब्दांना अलंकारांची जोड मिळते, अद्वैत अवस्थेत देव आणि भक्त समान झाले, तर हा सारा प्रेमाचा व्यवहारच संपुष्टात येईल. रस नाही, आस्वाद नाही, अलंकार नाही, शोभा नाही अशी एक रुक्ष अरसिक अवस्था कोणास आवडेल? आम्हाला तर *'शब्दांचिये रत्ने करूनी अलंकार। तेणे विश्वंभर पुजियेला।।'* अशा पूजेची सवय झाली आहे. तेव्हा या भेदाभेदाच्या भानगडीत पडून हे सर्व थांबवण्यास आम्ही तयार नाही. *'खुंटलिया वाचा। मग हा आनंद कइचा?'*

भक्तीच्या व्यवहारात वाणीला महत्त्वाचे स्थान आहे. तीच खुंटली तर साऱ्याच आनंदावर पाणी पडेल; तेव्हा आम्ही आपले वेगळेच बरे!

मानवी आयुष्यात सुखापेक्षा दुःखच अधिक आहे हे आपण भगवान बुद्धांपासून ऐकत आलेले आहोत. तुकोबांनीसुद्धा *'सुख पाहता जवापाडे। दुःख पर्वताएवढे।।'* असा हिशेब मांडलेला आहेच; पण याचा अर्थ या परिस्थितीत बदल करताच येणार नाही, असा मात्र नाही. जीवनाची वाटचाल योग्य दिशेने केली, तर संपूर्ण जगच आनंदमय होऊ शकेल. 'याचि देही आणि डोळा' या तुकोबांनी केलेल्या शब्दप्रयोगाला विशेष महत्त्व आहे. आनंदप्राप्तीसाठी परलोकात जायची गरज नाही.

प्रस्तुत अभंगात तुकोबांनी आपण स्वत: आनंदाच्या कोणत्या अवस्थेत वावरतो हे स्पष्ट केले. *'सर्व सुख ल्यालो सर्व अलंकार। आनंदे निर्भर डुल्लतसो।।'* ही अवस्था त्यांना निस्सीम विठ्ठलभक्तीमुळे प्राप्त झाली आहे. त्यांना विठ्ठलाचे जणू वेडच लागले आहे. ते सतत गात, नाचत, टाळ्या वाजवत भजन, कीर्तन करत असतात, त्यामुळे ते नेहमीच आनंदात असतात. *'दुःख ते कैसे नसे स्वप्नाशी। भुक्तिमुक्ती झाल्या कामारी दासी। त्याचे वर्म तू आम्हापासी। सुखे राहिलासे प्रेमाचिया।।'* अशा प्रकारे ईश्वराच्या सतत सान्निध्यात राहून त्यांना या आनंदाची प्राप्ती झाली आहे.

या अवस्थेचे वर्णन नेमके कसे करायचे, त्यासाठी कोणते शब्द वापरायचे याविषयी तुकोबा स्वत:च संभ्रमात आहेत. याला आनंद म्हणावे की परमानंद म्हणावे? ज्या परमात्म्याला वेद-श्रुतींनी 'नेति नेती' म्हणजे 'हे नव्हे, हे नव्हे' असे म्हणत, त्याचे वर्णन किती अवघड आहे हे सांगितले, तोच परमात्मा 'गोविंद' नावाचे सगुण साकार रूप धारण करून इंद्रियांनी जाणून घेण्याच्या कक्षेत आला हा केवढा आनंद आहे! *'नाही या आनंदाशी जोडा। सांगता गोष्टी लागती गोडा। आलासी आकारा आमुचिया चाडा। तुका म्हणे भिडा भक्तीचिया।।'*

हा आनंदनाम परमात्मा आम्हा भक्तांच्या अधीन असल्यामुळे तुकोबा सांगतात, की इतरांना वर्षभरात पंचांगाप्रमाणे सातच सण साजरे करता येतात; पण आमच्यासाठी नित्य आनंदाची दिवाळीच असते. या अवस्थेत जन्ममरणाची भीती कोणाला वाटणार? आमची ही अवस्था पाहून सनक, सनंदन अशा पूर्वकालीन संतांनाही आमचे कौतुक वाटते. त्यांना स्वत:ला अशा प्रकारचा आनंद उपभोगण्यास मिळाला होता की नाही कोण जाणे!

ईश्वराची भक्ती करत असताना त्यामुळे होणारे सुख तुकोबांना कमीच वाटते. ईश्वराचे नामस्मरण करण्यात, गुणानुवाद करण्यात त्यांची वाणी इतकी रंगून गेली आहे, की ते थांबवून गप्प राहणे त्यांना शक्यच नाही. या भक्तिसुखाचे आणखी सेवन करायची त्यांची इच्छा आहे. म्हणून ते ईश्वराला प्रार्थना करतात, की मला ब्रह्मज्ञान देऊ नको. भक्तिविरहित ज्ञान घेऊन मी काय करू? हा त्यांचा देवाला सवाल आहे.

आपल्या अभंगांतून अद्वैताचा पुरस्कार करणारी काही वचने सापडतील हे तुकोबांना ठाऊक आहे. त्या वचनांच्या आधारे हे गृहस्थ अद्वैतवादी आहेत व त्यांना ब्रह्मज्ञानातून प्राप्त होणारा मोक्ष हवा आहे, ईश्वराशी एकरूपता साधायची आहे, असा ग्रह न करण्याची विनंतीही ते देवाला करतात.

मोक्षाच्या अद्वैत अवस्थेत देव आणि भक्त दोन वेगवेगळी अस्तित्वे राहत नाहीत; पण या एकाकी – एकटेपणाच्या अवस्थेत तुकोबांचे मन रमत नाही. त्यांना देव त्यांच्यासमोर उभा राहिलेला हवा आहे, की जेणेकरून ते त्याचे चरणकमल पाहू शकतील, त्यांच्यावर मस्तक ठेवू शकतील. थोडक्यात, त्यांची भक्ती तशीच अखंडितपणाने चालू राहील. '*अद्वैती तो माझे नाही समाधान। गोड हे चरणसेवा तुझी।।*' असे त्यांनी अन्यत्रही देवाला बजावले आहे. या सेवेसाठी '*घेईन मी जन्म याजसाठी देवा। तुझी चरणसेवा साधावया।।*' अशी त्यांची प्रतिज्ञाच आहे; पण त्यासाठी देवाचेही सहकार्य आवश्यक आहे. म्हणून ते देवाला विनवतात, की '*देवभक्तपण सुखाचा सोहळा। ठेवूनी निराळा दावी मज।।*' भक्ताला देवाच्या चरणांवर मस्तक ठेवायचे असेल, तर देवाने त्याच्यासमोर उभे राहायला हवे. म्हणून तुकोबा देवाला सांगतात, की '*तुका म्हणे जोडोनी पाये। पुढे उगा उभा राहे।।*'

'*तू स्वामी मी सेवक। उंच पद एक नीच। ऐसे करावे कौतुक। नको करू खंडणा।।*' अशी तुकोबांची देवास प्रार्थना आहे. या स्वामिसेवकभावाच्या भक्तीची एक अभिव्यक्ती म्हणजे नमन. '*तुका म्हणे विटेवरी जी पाऊले। तेथे म्या ठेविले मस्तक हे।।*' दुसरा प्रकार म्हणजे नामस्मरण. या दोन्ही प्रकारांचा उल्लेख तुकोबा करतात.

कोणत्याही प्रगत समाजात लेखक-साहित्यिकांना विशेष स्थान असते. ते आपल्या लेखनातून समाजाच्या इच्छा-आकांक्षा व्यक्त करत असतात, त्याचप्रमाणे समाजाला मार्गदर्शनसुद्धा करत असतात. समाजही त्यांना कृतज्ञतेने प्रतिसाद देत असतो. या साहित्यकर्त्या वर्गाने कसे वागावे याविषयी तुकोबा प्रस्तुत अभंगातून उपदेश करत आहेत.

साहित्यिक-कवी ही मंडळी भाषा नावाचे माध्यम वापरुन आपले मनोगत समाजापर्यंत पोहोचवत असतात. शब्दांच्या प्रयोगाबाबत व निवडीबाबत त्यांना अत्यंत दक्ष रहावे लागते. तुकोबा सांगतात, की या शब्दप्रभूंनी शब्दांवर जी मेहनत घेतली– श्रम केले, त्याचे सार्थक झाले असे केव्हा म्हणता येईल, तर आपल्याला मिळणाऱ्या मानसन्मानाने– प्रतिष्ठेने हुरळून न जाता, आपण कोणीतरी विशेष वेगळे आहोत असा गर्व होऊ न देता, ते नम्रतेने वागतील तेव्हा. त्यांनी ही नम्रता दोघांपुढे दाखवायला हवी. एक – देवापुढे म्हणजे जनार्दनापुढे आणि दोन – त्याच देवाचे स्वरूप असलेल्या जनताजनार्दनापुढे. त्यांच्यापुढे आपण कोणीच नाही, ही झाली निरहंकारी नकाराची भूमिका; पण आपण त्यांचे सेवक आहोत, ही सकारात्मक व क्रियाशील भावना आहे, ती ठेवता आली तर आपल्या लेखनकामाचे चीज झाले. उदाहरण सर्वपरिचित आहे. फळांनी लगडलेले झाड त्या भाराने खाली वाकते. ज्याला फळेच येत नाहीत, ते झाड तसेच ताठ राहते.

तुकोबांचा हा उपदेश अत्यंत महत्त्वाचा आहे. आपल्याला मिळणाऱ्या यशाची, लोकप्रियतेची हवा डोक्यात जाऊन एखाद्या लेखकाने इतरांना तुच्छ मानणे, स्वतःला इतरांपेक्षा श्रेष्ठ समजून आपल्याच तोऱ्यात वावरणे या गोष्टी आपल्याला नव्या नाहीत. अर्ध्या हळकुंडाने पिवळे होणारे असे लेखक व इतरही क्षेत्रातील पुष्कळ लोक आढळतात. एखाद्या व्यावसायिकाने, उद्योगपतीने असे केले तर आपण समजू शकतो; परंतु लेखकाचा व्यवसाय हाच मुळात त्याच्या वाचकांशी होणाऱ्या संवादावर अवलंबून असतो, त्याने असे वागता कामा नये. आपल्याला प्रतिभेचे देणे देणाऱ्या ईश्वरी शक्तीपुढे त्याने नेहमीच नतमस्तक व्हायला हवे, त्याचप्रमाणे आपल्याला प्रतिसाद व प्रोत्साहन देणाऱ्या वाचकांविषयीही त्याने कृतज्ञतेची भावना ठेवायला हवी.

शिवाजीराजांनी पाठवलेला नजराणा तुकोबांनी परत केला असला तरी त्याचा अर्थ असा नाही, की तुकोबांनी शिवरायांचा अपेक्षाभंग केला. तुकोबांनी केलेला उपदेश ऐकायला शिवाजीराजे उत्सुक आणि आतुर होते. कोणीही मार्गदर्शन मागितले, की ते करायचे; त्याला निराश करायचे नाही, विन्मुख करायचे नाही असा तुकोबांचा बाणाच होता. त्यांचा नि:स्पृहपणा सामाजिक कर्तव्याच्या विरोधी नव्हता. त्यामुळे केवळ आध्यात्मिक क्षेत्रातीलच नव्हे; तर सर्व प्रकारच्या समस्यांचे समाधान करून घेण्यासाठी लोक त्याच्याकडे येत असत. त्यामुळेच गाथेतील उपदेशात वैविध्य आढळते. मावळ प्रांतामधील पाइकांना म्हणजेच शिवाजीराजांच्या सैनिकांना त्यांनी केलेला युद्धनीतीचा उपदेश 'पाइकाचे अभंग' या शीर्षकाने गाथेत संपादित करण्यात आलेला आहे.

प्रस्तुत अभंगातून तुकोबा शिवाजीराजांनी राज्य चालवताना राज्यात कोणत्या प्रकारचे उत्पादन घ्यावे याचा उपदेश करत आहेत. राज्य करताना राजाने प्रजेचे हित समोर ठेवून कारभार करावा. प्रजेच्या सुखातच आपले सुख मानावे. विशेषत: प्रजेच्या गरजा लक्षात घेऊन त्या पुरवण्याच्या दृष्टीने उत्पादन करावे. तेच राज्यातील प्रमुख धन होय.

तुकोबांच्या काळातील या देशाची उत्पादन व्यवस्था शेतीप्रधान होती हे वेगळे सांगायची गरज नाही. धान्य हेच देशाचे धन होते म्हणून तर 'धनधान्य' हा शब्दप्रयोग नेहमीच आढळून येतो. तुकोबा सांगतात, की प्रजेला ज्याची इच्छा आहे तेच धन, तेच धान्य पिकवावे म्हणजे राजाने त्या प्रकारच्या उत्पादनास प्रोत्साहन व चालना द्यावी, मदत करावी.

शिवकाळात शेतकऱ्यांना सरकारकडून बियाणे व औतकाठीचीही मदत होई. पाऊस कमी पडला तर सारावसुलीत सूट दिली जाई हे जाणकारांना माहीतच आहे. त्यामुळे बळिराजा सुखी होता.

धान्य किती पिकवावे याचेही सूत्र तुकोबा सांगतात. पीक अमुप यायला हवे. मोजतासुद्धा येऊ नये. असे पीक आले म्हणजे सर्वांनी पोटाला पुरेसे खाऊन, इतरांना देऊनसुद्धा शिल्लक राहायला हवे. न जाणो एखादे वर्षी अतिवृष्टी, अनावृष्टीमुळे पुरेसे पीक निघाले नाही, तर हा साठा कामाला येईल.

भारतीय परंपरेत दानाला खूपच महत्त्व दिले गेले आहे. दान हे धर्माचरणाचे मुख्य अंग मानले गेल्यामुळेच बहुधा 'दानधर्म' हा शब्द प्रचलित झाला असावा. दानाने पुण्य मिळते हे खरे असले, तरी दान सत्पात्री असावे, असाही कटाक्ष ठेवण्यात आला असल्याचेही दिसून येते. याही पुढे जाऊन तुकोबांसारखा परखड संत *'करी आणिकांचा अपमान। खळ छळवादी ब्राह्मण। तया देता दान। नरका जाणे उभयता।।'* अशी स्पष्ट भूमिका मांडतो. अशा वेळी दान हे काही सोपे प्रकरण नसल्याचे लक्षात येते.

भूक लागलेल्या माणसाला अन्नदान करताना पात्रापात्रतेचा विचार करायची गरज नसते, त्यामुळे *'सर्वाभूती अन्न। द्रव्य पात्र विचारोन।।'* म्हणजेच द्रव्यदान करताना विचारपूर्वक करावे. पण पात्र किंवा अपात्र कसे ठरवायचे, हा मुख्य प्रश्न उरतोच. तुकोबा सांगतात, की ज्याला खरोखर आत्यंतिक गरज आहे, जो आर्त आहे, त्याला दान दिले, तरच ते खरे पुण्यकारक कर्म. *आर्तभूतांप्रति। उत्तम योजाव्यात त्या शक्ती।।'*

आर्तांना दान केले असता मिळणाऱ्या पुण्याने कोणता लाभ होऊ शकतो याचे उत्तर तुकोबा देतात. महाबुद्धीचा लाभ. परमात्म्याच्या ठिकाणी लीन होणाऱ्या बुद्धीला ज्ञानेश्वरीत दुर्लभ म्हटले आहे. *'तैसी दुर्लभ जे सद्बुद्धी। जिये परमात्माची अवधी। जैसा गंगेसी उदधी। निरंतर।।'* या सद्बुद्धीलाच महाबुद्धी म्हणावे. अशा महाबुद्धीचा लाभ होणार असेल, तर बाकी काही होणार असेल ते खुशाल घडो, त्याची चिंता करायचे कारण नाही. विपरीत घडले तरी त्यामुळे डगमगून जायचेही काही कारण नाही. कोणतेही धर्मकृत्य करावयाचे असल्यास आधी त्याचा संकल्प सोडावा लागतो. तुकोबा सांगतात, की तुमचा संकल्प सत्य, म्हणजे प्रामाणिक, मनापासून केलेला असू द्या. असा सत्य संकल्प सिद्धीस जातोच जातो, *'सत्य संकल्पाचा दाता नारायण। सर्व करी पूर्ण मनोरथ।।'*

संकल्प सिद्धीस जाणे ही एक बाब; परंतु यामुळे होणारा आणखी एक महत्त्वाचा लाभ म्हणजे *'सर्व भूतांचा अंतरी। हृदयमहाअंबरी। चिद्वृत्तीचा सहस्रकरी। उदयला असे जो।।'* (ज्ञानेश्वरी) अशा साक्षात ईश्वराचे ज्ञान तुमच्या हृदयात प्रकट होईल. तुकोबा हेही सांगायला विसरत नाहीत, की असा लाभ पदरात पडण्यासाठी तुमच्याकडे शुद्ध भाव असण्याची गरज आहे आणि महत्त्वाची गोष्ट म्हणजे पुरेसा धीरही धरता आला पाहिजे.

माणसाची सर्व कर्मे देश आणि काळ यांच्या चौकटीत होत असतात. करणाऱ्याने कर्म कितीही योग्य प्रकाराने केले तरी त्याला देशाची म्हणजे भूमीची व काळाची अनुकूलता लाभली तर ते सफल होते. अशी अनुकूलता नसेल तर विफल होते, असा सर्वसाधारण समज व संकेत आहे. त्यातूनच पुण्यक्षेत्र, पर्वकाळ, मुहूर्त अशा कल्पनांचा उदय झाला. व्यावसायिक ज्योतिषांनी या लोकभावनेचा फायदा उठवत आपली उखळे पांढरी करून घेतली. अनुकूल देशकाळाची वाट पाहत वेळ दवडण्याऐवजी कर्माच्या बळावर प्रतिकूल देशकाळास अनुकूल करून घेण्यात खरा पुरुषार्थ आहे हे लोक विसरले. शिवाजीमहाराज, लोकमान्य टिळक हे असे थोडे अपवादच.

तुकोबा या संदर्भात आणखी एका महत्त्वाच्या घटकाची नोंद घेतात. कर्माला ईश्वराचे अधिष्ठान हवे. मनात ईश्वराचे अनुसंधान ठेवले असता अमुक एक काळ हा शुभशकुनाचा व उर्वरित काळ प्रतिकूल, अमुक एक दिशा पवित्र व म्हणून अनुकूल आणि इतर दिशा किंवा प्रदेश प्रतिकूल व म्हणून वर्ज्य असे समजण्यात अर्थ नाही. जो कर्मकडे ईश्वराची आज्ञा व आपण त्या आज्ञेचे पालन करणारे सेवक असे बघतो त्याच्यासाठी दाही दिशा शुभच होत आणि प्रत्येक क्षण हा मुहूर्तच.

विशेषतः धर्मकृत्यांच्या बाबतीत असा विचार अधिक काटेकोरपणे केला जात असे. हे कृत्य करणाऱ्याने क्षौर, स्नान इत्यादी विधी करून शुद्ध व्हावे, मगच तो त्या कर्माचा अधिकारी होतो असाही समज प्रचलित होता. तुकोबा सांगतात, की जो सतत नामस्मरण करतो तो नेहमी शुद्धच समजावा. त्याच्या वेगळ्या शुद्धीकरणाची गरज नाही. त्यासाठी कोणतेही कर्मकांड नको.

समर्थ रामदासांनी कर्माच्या सामर्थ्यावर जोर देत असताना त्या मागच्या ईश्वरी अधिष्ठानाचाही आवर्जून उल्लेख केला होता. हे या अधिष्ठानाच्या स्वरूपाचे नेमके स्पष्टीकरण तुकोबांनी आधीच करून ठेवले आहे, ते पक्के असले म्हणजे देशकाळादी आनुषंगिक बाबी गौण ठरतात. कर्मातील कमतरता ईश्वरी शक्तीच्या बळावर भरून काढता येते.

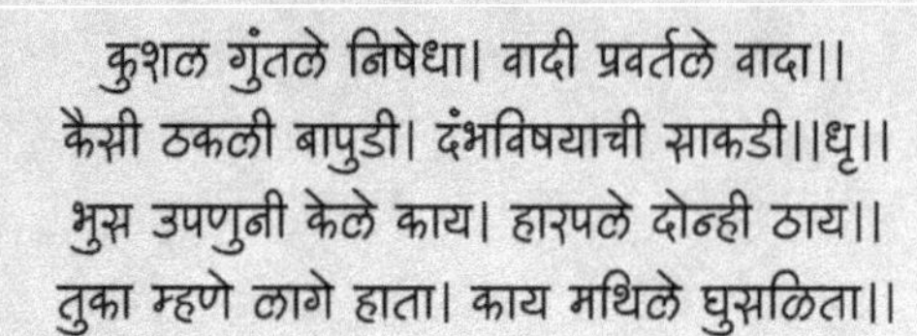

तुकोबांच्या काळात यांत्रिक कर्मकांड आणि शुष्क पांडित्य यांचा बुजबुजाट झाला होता. कर्मकांडांच्या तपशिलात प्रावीण्य मिळवलेले धर्माचार्य विधिनिषेधांच्या उठाठेवीत अडकले होते, तर वादप्रिय पंडित वादात प्रतिपक्षांचा पराभव करून त्यांच्याकडून जयपत्रे मिळवण्यात धन्यता मानत होते. तुकोबांना त्यांच्याविषयी कीव वाटते. त्यांनी स्वतःच स्वतःची फसवणूक करून घेतली आहे, ते दंभ आणि विषयसुख यांच्या कचाट्यात सापडले आहेत. त्यांना अशा उद्योगातून देव भेटणार नाही. भुसकट उफणून धान्य मिळत नाही, तसा शब्दांच्या कसरतीतून देव मिळणार नाही. दह्याची घुसळण करून शेवटी नवनीताचा लाभ झाला तर उपयोग; पण या मंडळींचे कृत्य ताकाच्या घुसळणीसारखे आहे.

महत्त्वाचा मुद्दा असा आहे, की अशा कर्मठांचा व पंडितांचा सारा भर पोथीप्रामाण्यावर असतो. त्यांना स्वतःला काहीही अनुभव आलेला नसतो. *'धाई अंतरीच्या सुखे। काय बडबड वाचा मुखे।। विधिनिषेध उर फोडी। जव नाही अनुभवगोडी।।'* असे तुकोबा त्यांना सुनावतात. त्यांच्या श्रोत्यांनाही, *'वाढे तळमळ उभयता। नाही देखिले अनुभवता।।'* असा इशारा देतात. *'तुका म्हणे वादे। वाया गेली ब्रह्मवृंदे।।'* या तुकोबांच्या मताचा पुनरुच्चार स्वामी विवेकानंदांना परत एकदा एकोणिसाव्या शतकात करावा लागला.

अर्थात, अशा लोकांवर परखड टीका करताना तुकोबांना त्यांचे हित व्हावे असेच वाटत होते व त्यासाठी त्यांनी स्वतःची चूक दुरुस्त करावी असेही ते आवर्जून सांगत होते. *'तुका म्हणे विधिनिषेधांचे डोही। बुडाले तया नाही देव कधी।।'* हा इशारा त्यांनी कर्मठांना दिला. पंडितांची तर त्यांनी *'तुका पाया पडे। वाद पुरे हे झगडे।।'* अशी काकुळतीची विनवणी केली.

तुकोबांच्या अशा प्रयत्नांना या मंडळींनी किती प्रतिसाद दिला, हे सांगता येणार नाही; पण तो पुरेसा असण्याची शक्यता कमीच आहे. सामान्य लोकांनी मात्र योग्य तो बोध घेऊन त्यांच्याकडे पाठ फिरवली व तुकोबांचा उपदेश प्रमाण मानला, हे निश्चितपणे सांगता येते. अर्थात, तुकोबांना त्यामुळे बराच त्रासही सहन करावा लागला, हे सर्व जाणतातच.

तुकोबा आपल्या कीर्तन–निरुपणांतून आणि अभंगांमधून लोकांना उपदेश करत. लोकांच्या मनात घट्ट रुजून बसलेल्या रूढी–परंपरांचा प्रभाव पुसून टाकून त्यांना नवे स्वीकारायला तयार करणे अवघड असते. *'वंदिले वंदावे निंदिले निंदावे। एक गेले जावे त्याच्या मागे।।'* अशी लोकांची सहजप्रवृत्तीच असते. *'गतानुगतिको लोकः न पारमार्थिकः'* असे तिचे वर्णन संस्कृतमध्ये आढळून येते. बहुमताच्या मागे जायचे, स्वत: विचार करायचा नाही, कोणी करत असेल, तर त्याच्याकडे दुर्लक्ष करायचे, असा सर्वसामान्यांचा कल असतो; पण निदान जाणत्यांनी तरी असे वागू नये, स्वत:ची बुद्धी शाबूत ठेवावी. म्हणून तुकोबा त्यांना विनवतात, की तुम्ही तरी बहुमतापेक्षा वेगळा, स्वतंत्र विचार करा. *'बहुमतापासोनि निराळा। ऐसा होई का सोवळा'* हा त्यांचा उपदेश मार्मिक आहे. वेगळ्या प्रकारचे कपडे घालून लोकांपासून दूर राहायचे हे सोवळे नाही, तर बहुमतापासून बाजूला राहून आपला निर्णय आपल्या बुद्धीने विचारपूर्वक घ्यायचा, हे खरे सोवळे. स्वत: तुकोबांनीही *'सत्य–असत्यासी मन केले ग्वाही। मानियेले नाही बहुमता।।'* असे म्हटले आहे. हे आपण त्यांच्याकडूनच जाणून घेतले आहे.

या जाणत्या लोकांनी आपला उपदेश गंभीरपणाने घ्यावा म्हणून तुकोबांनी त्याचे स्वरूप स्पष्ट केले आहे. आपण केवळ वादात जिंकण्यापुरता वाद करणाऱ्यांपैकी नव्हेत. काहीही करून आपले मत प्रस्थापित करावे, हे आपले ध्येय नाही. आपण जो उपदेश करतो त्याला सत्याचे अधिष्ठान आहे. तेव्हा त्याचा तटस्थपणाने विचार करा, त्याचा खरेखोटेपणा स्वत: पडताळून पाहा.

तुकोबांचे हे प्रतिपादन ग्रीक तत्त्ववेत्ता प्लेटो याची आठवण करून देणारे आहे. प्लेटोने ज्ञान आणि मत यात भेद केला आहे. ज्ञान सत्य असते व अबाधित राहते. मत सत्य नसून बदलणारे असते.

तुकोबांनी आपल्या अभंगांबद्दलचे आपले मतही या जाणत्या विचारवंतांना स्पष्ट सांगितले आहे. आपला शब्द सत्य असल्यामुळे तो खऱ्या नाण्याप्रमाणे कोठेही चालेल. *'झाली माझी वैखरी। विश्वभरी व्यापक।।'* असेही त्यांनी सांगितले आहे. त्याचा एक अर्थ असाही होतो, की येथील जाणत्यांनी तिच्याकडे दुर्लक्ष केले तरी जगात काही तेवढेच ज्ञानी नाहीत. पृथिवी 'विपुल' आणि काल 'निरवधी' असल्याचे प्रसिद्धच आहे.

तुकोबांच्या अभंगवाणीतून व निरुपणातून एका बाजूला ईश्वरस्वरूपाचे व प्राप्तीचे ज्ञान सांगितले जाई; परंतु तुकोबांच्या मते या प्राप्तीचा संबंध माणसाच्या दैनंदिन जीवनाशी असल्यामुळे दुसऱ्या बाजूला तुकोबा व्यावहारिक उपदेशही करत. हा उपदेश करताना न्यायनीतीने न वागणाऱ्या अनेकांवर ते टीकाही करत असत, त्यामुळे साहजिकच काही लोकांचे मन दुखावले जाई. वस्तुत: अशा टीकेतून तुकोबांना स्वत:साठी काहीही साधायचे नव्हते. तसेच, इतरांवर शाब्दिक प्रहार करून त्यांना कोणतेही समाधान लाभणार नव्हते. लोकांनी वाममार्गाला लागण्याऐवजी स्वहिताचा मार्ग पत्करावा, या शुद्ध हेतूनेच त्यांनी हा उपक्रम आरंभला होता. शब्दांचे खेळ खेळत लोकांची करमणूक करण्यात त्यांना स्वारस्य नव्हते. त्यांनी केलेली अक्षरसाधना ही देवासाठी होती; परंतु त्यामुळे त्यांच्या अक्षरांचा आधार घेत आपले खरे हित करून घेण्याचा मार्ग सर्वांनाच उपलब्ध झाला.

आपल्या अक्षरांचे सामर्थ्य व प्रभाव यांची तुकोबांना यथार्थ जाणीव असली तरी लोकांना हे कळेलच असे नाही. म्हणून तर ते आवर्जून आवाहन करतात. आपल्या शुद्ध हेतूचीही ग्वाही देतात आणि सांगतात, की माझ्या वचनांकडे दुर्लक्ष करु नका, तसेच चिडूही नका. ती लक्षपूर्वक सावध होऊन ऐका, विचार करा आणि त्यानुसार वागण्याचाही प्रयत्न करा. त्याने तुमचे हितच होईल. दुर्लक्ष केले तर नुकसान तुमचेच आहे.

'येतो हिताचा कळवळा। हाती पडती म्हणोनि काळा।।' ही भूतमात्राविषयीची करुणा तुकोबांच्या काव्यामागची एक प्रेरणा आहे. समकालीन कवींच्या तुलनेत विचार केला तर तिचे वेगळेपण उठून दिसते. पैसा किंवा प्रसिद्धी यासाठी आपली प्रतिभा वापरून काव्य करणारे कवीच सर्वत्र आढळायचे. अशा कवीश्वरांचा तुकोबांनी उपहास केला आहे. त्यांना राजद्वारात घुटमळणाऱ्या कुत्र्याची उपमा दिली आहे. तुकोबांना कवितेतून ना कनक मिळवायचे होते ना कीर्ती. त्यांची निर्मिती करुणेतून – कळवळ्यातून झाली व म्हणूनच ती वेगळी ठरली.

मोक्षाचे तो आम्हा नाही अवघड। तो असे उघड गाठोळीस।।
भक्तीचे सोहळे होतील जीवासी। नवल तेविसी पुरविता।।धृ।।
ज्याचे त्यासी देणे कोणते उचित। मानोनिया हित घेतो सुखे।।
तुका म्हणे सुखे देई संवसार। आवडीसी थार करी माझे।।

भक्तिमार्गाने वाटचाल करणारांना मोक्षप्राप्ती ठरलेली असली, तरी खऱ्या भक्ताला मोक्षाचे आकर्षण वाटत नाही. भक्तीने प्रसन्न होऊन साक्षात ईश्वराने मोक्ष देऊ केल्यावर तुकोबांनी सांगितले, की 'मोक्ष तुमचा देवा। दुर्लभ तो तुम्ही ठेवा।। मनी भक्तीची आवडी। हेवा व्हावी ऐसी जोडी।।' भक्तीने जे प्राप्त होते, ते मोक्षाने होत नाही, त्यामुळे आम्हाला खुशाल वारंवार जन्माला घाल, संसार दे. भक्तिविरहित मोक्ष आणि भक्तिसहित संसार यांच्यात आम्ही भक्तिसहित संसाराचीच निवड करू. संसारात भक्तीची आवड तृप्त होऊ शकते. भक्तीच्या अभिव्यक्तीचे अनेक पर्याय आहेत. एकेक पर्याय म्हणजे एक-एक सोहळाच, उत्सवच. 'हाका आरोळिया गीतवाद्य सुख-सोहळे। जाय केव्हा न कळे रात्री आणि दिवस।।' त्यामुळे तुकोबांनी भगवंताकडे विनंतीपूर्वक मोक्ष नाकारला. 'देवा ऐक हे विनंती। मज नको रे हे मुक्ती। तया इच्छा गती। हेचि सुख आगळे।।'

ज्याला मोक्ष मिळण्याची शक्यताच नाही, त्याने मोक्ष नको म्हणणे, हा कोल्ह्याला द्राक्षे आंबट अशातला प्रकार आहे. तुकोबांचा मोक्षप्राप्तीचा अधिकार सिद्ध असूनही ते मोक्ष नाकारतात आणि तेही स्पष्टपणे. मोक्ष मिळवणे ही आमच्यासाठी सोपी गोष्ट आहे, तो उघडपणे आमच्या गाठोड्यात आहे. 'मोक्ष असे गाठी ठेविला बांधुनी। सोस तो भजनी आवडीचा।।' भजनकीर्तनादी भक्तीचे सोहळे भोगण्यात मोक्षाचा अडथळा येईल, तो आम्हाला नको आहे. मोक्ष म्हणजे ज्या मूळ स्थितीतून आले, त्या मूळ स्थितीत परत जायचे. जीवदशेचा त्याग करून ब्रह्मरूप व्हायचे; पण मग त्यात नवे, वेगळे काय मिळवले? ज्याचे त्याला देण्यात काय विशेष आहे. भक्तीत लाभ आहे. म्हणून खरे हित मोक्षात नसून भक्तीत आहे.

संसाराची म्हणजेच जन्ममरणाच्या फेऱ्याची भीती संतांना कधीच वाटली नाही. ज्या संसाराला घाबरून ऋषिमुनींनी गिरिगुहांचा आश्रय घेतला, अरण्यवास पत्करला, तोच संसार तुकोबांना हवासा वाटतो, कारण भक्ती ही फक्त इहलोकात म्हणजे संसारातच शक्य आहे; ती स्वर्गात, वैकुंठात वा मोक्षावस्थेतही शक्य नाही. म्हणून तर तुकोबा म्हणतात, 'नको वैकुंठीचा वास। आहे तया सुखा नाश। कथाकाळी रस। अद्भुत हा नामाचा।।' मोक्षाचा प्रश्न उपस्थित झाला की तुकोबा विचारतात, 'तुका म्हणे मुक्ती? नाही आसचि हे चित्ती।।'

अभंगांच्या पहिल्या ओळीची अकारविल्ह्यानुसार सूची